NHƯ BIỂN HỒ LAI LÁNG

thơ VINH HỒ

NHƯ BIỂN HỒ LAI LÁNG

NHÂN ẢNH
2025

NHƯ BIỂN HỒ LAI LÁNG - *thi tập* Vinh Hồ

Bìa: Uyên Nguyên Trần Triết
Dàn trang: Đỗ Huỳnh Đăng Ngọc
Chân dung: của Thanh Hồ, Vũ Đức Thanh
Tựa: Hoa Văn
Lời vào tập: Vinh Hồ
Bạt: Nguyễn Phương Hiền
Ảnh trang trí: nguồn NET.
Nhân Ảnh xuất bản 2025
Tác giả giữ bản quyền
ISBN: 9798349234576

Vinh Hồ qua nét vẽ Hoạ sĩ Thanh Hồ, 1993

Vinh Hồ qua nét vẽ Hoạ sĩ Vũ Đức Thanh, 1999

DANH NGÔN:

Kinh Thánh:

-*"Hãy hiếu kính cha mẹ ngươi, hầu cho ngươi được sống lâu trên đất mà Giê-hô-va Đức Chúa Trời ngươi ban cho." (Xuất Ê-díp-tô Ký 20:12).*

Lời Phật:

-*"Điều lành cao tột chẳng gì bằng hiếu, điều ác cùng cực chẳng gì bằng bất hiếu." (Kinh Nhẫn Nhục)*

Khổng Tử:

-*"Lập thân hành đạo nêu cao thanh danh đến đời sau để làm vinh hiển cho cha mẹ."*

Ca Dao:

-*Một lòng thờ mẹ kính cha*
Cho tròn chữ hiếu mới là đạo con.

TỰA
ĐỌC "NHƯ BIỂN HỒ LAI LÁNG" CỦA VINH HỒ

Cái thú của tôi là đọc thơ bạn.

VINH HỒ là một nhà thơ tôi quen biết thân tình từ nhiều năm nay, khi anh còn là Chủ tịch Hội Văn Bút Việt Nam Hải Ngoại/Vùng Đông Nam Hoa Kỳ. Anh làm thơ đủ thể loại. "NHƯ BIỂN HỒ LAI LÁNG" là tác phẩm thứ 9 của anh sắp xuất bản. Anh cũng thường viết những bài cảm nhận về thơ của bằng hữu.

"NHƯ BIỂN HỒ LAI LÁNG" là một tập thơ viết về Tình Cha Nghĩa Mẹ mà anh phải sống trong hoàn cảnh xa gia đình để đi làm bốn phận một người trai thời chinh chiến, khói lửa tràn ngập quê hương, nên Vinh Hồ không thể hiện được tấm lòng hiếu thảo của mình. Nhà thơ tâm sự:

"Vì thời thế, tôi bị cuốn hút trong cơn lốc chiến tranh, tù đày, lưu vong, tị nạn, nên đã trở thành một đứa con bất hiếu".

Bài thơ đầu tập, Vinh Hồ nghĩ đến công lao sinh thành dưỡng dục như biển hồ lai láng của cha mẹ, anh viết:

> *Cha Mẹ nuôi con như biển hồ lai láng*
> *Cha Mẹ thương con bằng bể bằng trời*
> *......*
> *Gió bấc lùa đong đưa nhịp võng*
> *Lời Mẹ ru vang vọng canh trường*
> (Như Biển Hồ Lai Láng)

Rồi Vinh Hồ bộc bạch rõ ràng tình ý thở than về tình thương yêu của Cha Mẹ dành cho mình, mà mình không trả được công lao sinh dưỡng của cha mẹ, nhà thơ đã tự nói lên tâm trạng của mình qua những vần thơ sau đây:

> *Đường xa vạn dặm quan san*
> *Đứa con bất hiếu lang thang xứ người*
> *Giọt dài giọt ngắn đầy vơi*
> *Thương cha nhớ mẹ một đời vì con*
> (Mẹ Cha Còn Mãi Bên Đời)

Như bao nhiêu quân, cán, chính dưới chế độ VNCH bị đưa vào các trại cải tạo, Vinh Hồ cũng bị chung số phận. Sau khi ra khỏi tù, nhà thơ cùng gia đình qua Mỹ định cư. Anh mong có một ngày về quê cũ để viếng thăm mộ phần cha mẹ mà bao năm anh chưa được một lần nhang khói.

Mong một ngày về thăm quê cũ
Mộ phần cha mẹ nằm song song
Đình miếu ẩn mình dưới đại thụ
Bảy tầng tháp cổ ngời rêu phong
(Mong Một Ngày Về)

Cuộc đời của mỗi nhà thơ, ít nhất cũng viết lên vài ba câu, vài ba đoạn, hay một bài để nhớ về cha mẹ mình, riêng VINH HỒ đã sáng tác trên 150 bài thơ.

Tình cờ, tôi đọc được ở đâu đó những câu thơ thật não lòng của một nhà thơ nào đó nhưng quên tên tác giả:

Mẹ ta không có yếm đào
Nón mê thay nón quai thao đội đầu
Rối ren tay bí tay bầu
Váy nhuộm bùn, áo nhuộm nâu bốn mùa

Hay hai câu ca dao sau đây:

Ngồi buồn nhớ mẹ ta xưa
Miệng nhai cơm búng, lưỡi lừa cá xương

Thuở xưa, người mẹ quê nghèo miền Bắc, vì nghèo nên nuôi con bằng sữa mẹ và nhai cơm trong miệng để mớm cho con ăn, Vinh Hồ cũng có những câu thơ não lòng như thế:

Nhà dột cột xiêu đèn dầu leo lét
Mẹ nằm ôm con súng nổ bên tai
Vì nghèo mẹ phải ăn đói mặc rách
Thiếu sữa con thơ khóc suốt đêm dài
(Gần Tám Thập Kỷ Vẫn Chưa Quên Được)

Thời gian gần đây, nhà thơ Vinh Hồ đã cho ra đời thi tập "Gánh Gạo Nuôi Chồng", nói lên sự chung thủy của một người phụ nữ Việt Nam phải chịu đựng sự cực khổ, tần tảo, buôn gánh bán bưng, nuôi con nên người, trong khi người chồng còn trong cảnh tù đày cải tạo. Đó là người bạn đời trăm năm của anh. Tôi quý mến nhà thơ vô cùng.

Đọc xong thi tập "NHƯ BIỂN HỒ LAI LÁNG" tôi ngồi trầm ngâm suy nghĩ. VINH HỒ là một nhà thơ đã nếm trải bao cay đắng, dâu bể đoạn trường của cuộc đời qua chiếc Áo Thơ, Áo Lính, Áo Tù, Áo Tị Nạn, Áo Lưu Vong. Đoạn trường, dâu bể mà anh phải gánh chịu, đã giúp anh sáng tác được những vần thơ đầy nghĩa tình, trong sáng. "NHƯ BIỂN HỒ LAI LÁNG" viết về Cha Mẹ là một tập thơ quý hiếm trong thời buổi này. Đây là một tập thơ rất đáng đọc.

Trân trọng giới thiệu với bạn đọc.

Richmond, Virginia ngày 10 tháng 03 năm 2025

HOA VĂN

LỜI VÀO TẬP

Thi tập "Như Biển Hồ Lai Láng" viết về Cha Mẹ.

Ca dao có những câu tuyệt bút như:

> -Cha mẹ nuôi con như biển hồ lai láng
> Con nuôi cha mẹ tính tháng tính ngày
> -Gió mùa thu mẹ ru con ngủ
> Năm canh chầy thức đủ năm canh

Vì thời thế, tôi bị cuốn hút trong cơn lốc chiến tranh, tù đày, lưu vong tị nạn, đã trở thành một đứa con bất hiếu. Từ đó tôi thường ưu tư, ray rứt, suy nghĩ về Cha Mẹ, trở thành động lực thúc đẩy tôi làm nhiều thơ, "Như Biển Hồ Lai Láng" gồm 162 bài thơ đủ thể loại viết về Cha Mẹ, trong đó có Cha Mẹ của tôi, Cha Mẹ của thân nhân, bằng hữu, chiến hữu,... nói chung là Cha Mẹ Việt Nam đau khổ, bắt đầu từ năm 1945, bao gồm 2 cuộc chiến tàn khốc (1945-1954, 1954-1975) và thời bể dâu bi thảm kéo dài từ năm 1975 đến nay.

Cha Mẹ VN đau khổ, đã từng tựa cửa chờ con về từ: chiến địa, tù cải tạo, di tản, vượt biên, vượt biển, lưu vong, tị nạn, kinh tế mới… Có khi chính họ cũng đã từng "bỏ của chạy lấy người" nếm trải bao đau thương mất mát…. Trong Truyện Kiều, thi hào Nguyễn Du đã dùng tới 17 lần 2 chữ đoạn trường, thì đối với Cha Mẹ Việt Nam đau khổ, phải dùng bao nhiêu chữ?

-"*Đoạn trường cho hết kiếp này mới thôi*"
(*Câu 2676, Kiều, Nguyễn Du*)...

Quả thật ngôn ngữ trần gian đành bất lực trước trái tim từ ái vị tha thiêng liêng cao cả của Cha Mẹ. Ngoài thơ về đấng sinh thành, còn có thơ về chữ Hiếu.

Tôi hân hạnh kính giới thiệu đến quý vị đứa con tinh thần thứ 9 của mình và thật diễm phúc nếu được quý vị đón nhận, thương mến, chia sẻ, xin chân thành cảm ơn.

Đa tạ nhà thơ Hoa Văn viết Tựa, nhà văn Nguyễn Phương Hiền viết Bạt, cùng các cơ quan truyền thông, báo chí, văn thi hoạ sĩ và độc giả đã có lời nhận xét mới hoặc cũ về thơ Vinh Hồ, xin được trích đăng ở đầu và cuối sách.

Đa tạ nhà xuất bản Nhân Ảnh giúp hình thành thi tập này.

Trân trọng,

VINH HỒ
Orlando, ngày 1/3/2025

Cha Mẹ, chị và 2 em ruột của Vinh Hô trước 1975.

Cha Mẹ, vợ và 3 con của Vinh Hô sau 1975.

NHƯ BIỂN HỒ LAI LÁNG

"Cha mẹ nuôi con như biển hồ lai láng"*
Cha mẹ thương con bằng bể bằng trời
Ngậm đắng nuốt cay không than một lời
Suốt đời hy sinh không hề tính toán

Gió bấc lùa đong đưa nhịp võng
Lời mẹ ru vang vọng canh trường
Cha đi cày một nắng hai sương
Ngày đông giá mong con no ấm

Mẹ từng gánh con qua lửa đạn
Con là hy vọng của đời cha
Công đức cha vĩ đại bao la
Tình thương mẹ thiêng liêng cao cả

Ai còn mẹ hãy nói câu thương mẹ
Ai có cha nên nói tiếng thương cha
Mẹ cha là Phật sống trong nhà
Đạo làm con cho tròn chữ Hiếu

July 18, 2024

*Ca dao
- Bài này đã được nhạc sĩ Minh Nhã phổ nhạc, ca sĩ Hà Thanh trình bày đăng trên Youtube.

NHƯ BIỂN HỒ LAI LÁNG

Thơ: Vinh Hồ - Nhạc Minh Nhã NTD

(*) Ca dao

MẸ CHA CÒN MÃI BÊN ĐỜI

Mẹ cha còn mãi bên đời
Ngàn năm đồng vọng những lời ca dao
Mây trời lồng lộng trên cao
Cũng không che kín công lao cha già

Lòng mẹ cao cả bao la
Lời ru xao động sơn hà cỏ cây
Ráng chiều tím cả trời tây
Hồn thiêng mẹ đã theo mây về Trời

Mùa đông chiếc lá vàng rơi
Hồn thiêng cha đã về nơi Niết Bàn
Đường xa vạn dặm quan san
Đứa con bất hiếu lang thang xứ người

Giọt dài giọt ngắn đầy vơi...
Thương cha nhớ mẹ một đời vì con
Mẹ cha là ánh trăng tròn
Sáng soi từng bước chân con giữa đời

Tuyết rơi trắng xóa đất trời
Thương cha nhớ mẹ một đời long đong
Tháng ba cây gạo trổ bông
Rơi trên phần mộ song thân u buồn

Tháng năm ngọn gió nam non
Thổi qua phần mộ song thân u hoài
Con về quỳ dưới Phật đài
Nguyện cầu cha mẹ đời đời thái an

Orlando, 18/10/2024

NỖI LÒNG MẸ TÔI

Suốt đời chưa một ngày nhàn hạ
Da bọc xương lòng dạ héo hon
Năm chờ tháng đợi mỏi mòn
Hết chồng lao lý đến con tội tù

Trên vầng trán ưu tư chồng chất
Dưới mái hiên đôi mắt đã mờ
Ngóng trông từng phút từng giờ
Cuộc đời của mẹ bài thơ não lòng

Tình của mẹ áng mây lồng lộng
Ơn dưỡng nuôi biển sóng bao la
Đắng cay nghìn nỗi xót xa
Chẳng bao giờ thấy phiền hà thở than

Đi khắp chốn nhân gian chìm nổi
Có tình nào sánh với mẹ không?
Và trong cỏ nội hương đồng
Có hoa nào đẹp như lòng mẹ tôi?

Mẹ cầu nguyện Phật Trời ban phước
Mong chồng con sớm được trùng phùng
Trong tù giọt lệ rưng rưng
Làm sao nói hết nỗi lòng mẹ tôi?

Trại tù Xuyên Mộc, 1980

MẸ TÔI

Trên đồng cạn suốt ngày vất vả
Da bọc xương quên cả thân mình
Một đời lao khổ hy sinh
Công dung ngôn hạnh nghĩa tình đậm sâu

Mái tóc mây phau phau bạc trắng
Năm canh dài hằn nặng vết nhăn
Năm hai mùa gió băng băng
Dầm mưa dãi nắng ai bằng Mẹ tôi?

Tìm khắp cõi nhân gian dời đổi
Có tình nào sánh với Mẹ yêu?
Biển trời cao rộng bao nhiêu?
Mà lòng của Mẹ muôn chiều bao dung

Mẹ cầu nguyện gia trung hạnh phúc
Mong xóm làng sung túc yên bình
Giữa đời dâu biển linh đinh
Nói làm sao hết nghĩa tình mẹ tôi!

Ngày 9/5/2020

ĐẦU NON NHỚ MẸ
(Hoạ vận thơ TM)

Bao năm xa cách Mẹ yêu
Hai phương ruột đứt chín chiều lệ vơi
Âm thầm một bóng xa vời
Đêm nào Mẹ cũng cầu Trời ước mơ

Đầu non nhớ Mẹ ngẩn ngơ
Muốn về bên Mẹ tuổi thơ sum vầy
Nhưng rồi góc biển chân mây
Mịt mờ khói lửa sầu vây kín trời

Con nghe Mẹ hát à ơi...
Đẩy đưa nhịp võng buồn rơi ngập lòng
Mẹ còn tựa cửa chờ mong?
Tấm lòng của Mẹ cánh đồng yêu thương

Ngày 1/7/2020

THƯƠNG MẸ
(Hoạ vận thơ TM)

1
Sương khói lạnh lùng giăng kín ngõ
Tàu cau trước gió khẽ buông rơi...
Vườn trầu tiễn Mẹ xa đời
Sinh ly tử biệt Mẹ rời chồng con

Suốt đời vất vả đa đoan
Thân cò gánh gạo rã mòn lối đi
Trèo đèo cực khổ sá gì?
"Quan Âm cứu nạn" còn ghi trong lòng

Nắng mưa đã nhạt má hồng
Chiến tranh tù ngục hết chồng đến con
Như cây khô bên lối mòn
Chân bùn tay lấm héo hon bấc lùa

Một năm trời có bốn mùa
Mẹ tôi chỉ có nắng mưa ngút ngàn
Năm nay Đại Lễ Vu Lan
Hồi chuông Bát Nhã vọng vang xứ người

Con thầm khấn nguyện Phật Trời
Độ trì hồn Mẹ về nơi an nhàn
Con còn phiêu bạt thế gian
Đường về quê Mẹ muôn ngàn dặm xa

2
Ngọn gió heo may về tới ngõ
Đầu tường chiếc lá đỏ rơi rơi…
Nhớ hình bóng Mẹ bên đời
Bồi hồi thương Mẹ của người thương con

Còng lưng Mẹ gánh đa đoan
Vết hằn năm tháng mỏi mòn chân đi
Theo chồng vạn lý sá gì
Nam Định, Đèo Cả... còn ghi trong lòng

Bao la tình Mẹ biển hồng
Trọn lòng chung thuỷ yêu chồng thương con
Mẹ già nay đã héo mòn
Trải bao mưa nắng đời còn thắng thua?

Mẹ già như lá cuối mùa
Như sương đầu ngõ như mưa trên ngàn
Nghe Kinh Báo Hiếu Vu Lan
Con cầu cho Mẹ bình an cõi người

Một trăm tuổi thọ Ơn Trời
Thân tâm thường lạc cuộc đời yên an
Tóc mây in bóng thời gian
Tấm lòng Từ Mẫu suối ngàn sông xa

30/8/2020

LÒNG CÒ
(Hồi đáp thơ TM)

Nuôi cháu nuôi mẹ nuôi con
Thời gian còm cõi héo hon cánh cò
Dòng sông khúc khuỷu quanh co
Bèo trôi lớp lớp để cho cò buồn

Mặt trời đã ngã sau hòn
Dòng sông nước chảy đá mòn chiều phai
Quạnh hiu trên quãng đường dài
Cô liêu mấy cõi sơ khai giữa trời?

Đồng không không một bóng người
Dòng sông bên lở bên bồi hoàng hôn
Thân cò lặn lội đầu non
Mặt trời sắp tắt con đường còn xa

Quạnh hiu không một mái nhà
Cô liêu tím cả giang hà cỏ cây
Thuỷ triều lúc vơi lúc đầy
Lòng cò chỉ một màu mây trắng buồn

Dòng sông lệ chảy sầu tuôn…
Tiếng cò vang vọng trên buôn xa vời…
Đêm dài rồi sẽ qua thôi
Bình minh ló dạng mặt trời sẽ lên

Sáng 23/8/2021

KHI CON ĐẾN, MẸ KHÔNG CÒN

Khi con đến, Mẹ không còn
Nhìn di ảnh Mẹ héo hon tấc lòng
Con nghe nỗi buồn mênh mông…
Còn trong ánh mắt long lanh u hoài

Con thương Mẹ lắm Mẹ ơi!
Bởi vì Mẹ đã thương người con thương
Mẹ đưa đi khắp phố phường
Nha Trang, Đà Lạt, Sài Gòn, Cần Thơ…

Cô gái tám tuổi ngây thơ
Nắm bàn tay Mẹ đứng chờ phà qua…
Tảo tần trên quãng đường xa
Mỗi chiều về Mẹ mua quà cho con

Cô gái học hành chăm ngoan
Mỗi ngày mỗi đẹp đoan trang dịu hiền
Đôi tà áo trắng trinh nguyên
Mỗi chiều tan học trên đường gió bay

Cho chàng trai trẻ mê say
Trầu cau đủ lễ định ngày về dinh
Dù đời dâu bể linh đinh
Hai con vẫn giữ đủ hình Mẹ Cha

Nhớ ơn sinh dưỡng Mẹ già
Tấm lòng cao cả bao la biển trời
Con cầu hồn Mẹ thảnh thơi
Về miền Cực Lạc đời đời thái an

23/8/2020

CHA RU CON NGỦ

Thuở còn thơ cha ru con ngủ
Lời ca dao xao động tâm hồn
Công đức cha như núi Thái Sơn
Tình thương mẹ bằng trời bằng bể

Mỗi chiều về cõng con đi dạo
Cha tập con bắt bướm thả diều
Biết nói câu cha kính mẹ yêu
Biết đánh vần cù lao chín chữ

Thuở còn thơ cha ru con ngủ
Lời ca dao vang vọng giang hà
Cha mẹ là Bồ Tát tại gia
Đạo làm con thờ cha kính mẹ

2/8/2024

10. HƠ ĐỜI GIÁ LẠNH

Thương quê nhà tháng mười bão lụt
Ba nhánh sông cuồn cuộn bọt bèo
Chảy tràn bờ ngập cả xóm nghèo
Cánh đồng Ba trắng lăng như bể

Thương mẫu thân tháng mười khổ sở
Heo gà ngập nước phải kê thêm
Vịt sổ chuồng chống ghe đi tìm
Nhà xiêu dột gió mưa sầu tủi

Thương phụ thân tháng mười đi củi
Sáng vác ghe lên tận suối Trầu
Trời mưa vuốt mặt dám nghỉ đâu
Chiều chở củi về xuôi sông Cái

Thương cảnh nghèo tháng mười tê tái
Con còn thơ chỉ biết đứng nhìn
Mỗi chiều về Cha Mẹ rét run
Bên bếp lửa hơ đời giá lạnh

Nov., 2, 2024

LỜI RU BUỒN TẬN THIÊN THU

Ảnh NET.

Ngày xưa lính Pháp đi ruồng
Cả làng chạy giặc đau thương cỡ nào?
Gánh con Mẹ nguyện Trời cao
Vượt qua đói khát vượt bao hãi hùng
Chín năm khói lửa mịt mùng
Chia ly mất mát vạn trùng khổ đau

Thế rồi hai mươi năm sau
Nồi da xáo thịt giết nhau từng ngày
Mẹ ngồi nhìn áng mây bay
Đã mòn con mắt con đi chưa về
Máu xương rời rã ê chề
Niềm đau tím cả sơn khê địa cầu

Tháng tư sầu lại nối sầu
Sài Gòn sụp đổ trên đầu cùm gông
Mẹ ngồi tựa cửa chờ trông
Nương dâu bãi biển nhớ mong từng ngày
Đổi đời trắng cả hai tay
Bầy con tan tác đắng cay não nùng!

Mẹ còn ngồi giữa mông lung
Thời gian vô tận vô cùng vô phương
Còn y nguyên nỗi bi thương
Hoá thành tượng đá khói sương mịt mù
Lời ru buồn tận thiên thu
Mà bầy con mãi phiêu du chưa về

Nov., 2, 2024

LỜI MẸ RU BUỒN

Làm sao quên được những đêm khuya
Cha bị gông cùm trong lao Một Cột
Nhà xiêu dột tiếng mưa rơi thánh thót
Dưới mái tranh nghèo giọt lệ đầm đìa

Suốt đêm dài Mẹ vẫn ngồi ôm con
Sữa đâu cho con, cơm đâu cho Mẹ?
Tiếng trẻ khóc hòa vào lời ru Mẹ
Có ai nghe những nỗi lòng héo hon?

Bên ngọn đèn dầu Mẹ ngồi ôm con
Cha đi tù cảnh nhà thêm neo đơn
Hình bóng Mẹ gầy in trên vách đất
Suốt đêm loay hoay mưa tạt gió lòn

Côn trùng vẫn kêu vang ngoài ao hư
Bom đạn vẫn thét gào trong mưa lũ
Tiếng trẻ khóc bao canh dài không ngủ
Lời Mẹ ru buồn vọng mãi thiên thu

Nov., 2, 2024

GẦN TÁM THẬP KỶ VẪN CHƯA QUÊN ĐƯỢC

Gần tám thập kỷ vẫn chưa quên được
Khi con chào đời cha ở trong tù
Cảnh nhà neo đơn càng thêm hiu quạnh
Gió bấc mưa phùn lạnh cả lời ru

Nhà dột cột xiêu đèn dầu leo lét
Mẹ nằm ôm con súng nổ bên tai
Vì nghèo mẹ phải ăn đói mặc rách
Thiếu sữa con thơ khóc suốt đêm dài

Hơn nửa thế kỷ vẫn chưa quên được
Khi anh vào lính em lại vào tù
Cốt nhục tương tàn ngày càng khốc liệt
Thôn xóm u buồn vắng cả lời ru

Ngày dài đau thương cơm chan nước mắt
Cha mẹ chiều chiều tựa cửa trông con
Con cái bắn nhau đứt từng đoạn ruột
Nghe tiếng kinh cầu lòng dạ héo hon

Suốt thời bể dâu vẫn chưa quên được
Khi em ra tù, anh lại lưu vong
Đất nước quê hương tàn cơn binh lửa
Nhưng mẹ cha còn dài cổ đợi trông

Ra tù con lại lưu vong đất khách
Những chiều gió mưa nhìn về quê nhà…
Cha mẹ vì con suốt đời sầu khổ
Con vì vận nước chìm nổi xót xa

Nov., 2, 2024

CHA MỘT ĐỜI LẶNG LẼ

Cha một đời lặng lẽ
Bên đàn trẻ ngây thơ
Dù thức khuya dậy sớm
Không than thở bao giờ

Cha một đời thầm lặng
Bên đàn con dại khờ
Dù chân bùn tay lấm
Tình không bến không bờ

Cha một đời âm thầm
Bên đàn con bé bỏng
Dù gió bấc mưa dầm
Vẫn cày sâu cuốc bẫm

Đem tấm thân gầy gò
Cha cho con đèn sách
Đem tấm thân đói rách
Cha cho con ấm no

                    Nov., 2, 2024

TÌNH CHA THẦM LẶNG

Như ánh nắng mặt trời
Cha cho con hi vọng
Sau mùa đông lạnh cóng
Hoa xuân nở tốt tươi

Như bóng núi cao vời
Cha âm thầm che chở
Để con không lầm lỡ
Vững bước trên đường đời

Như bài thơ tuyệt bút
Tính ý để ngoài lời
Cha cho con cảm xúc
Trắc ẩn trước cuộc đời

Như bức tranh kiệt tác
Đầy màu sắc mê hồn
Cha cho con nước mắt
Trước những đời neo đơn

Như khúc ca mới lạ
Niềm xúc động dạt dào
Cha cho con tất cả
Tình yêu thương ngọt ngào

Nov, 2, 2024

CHA LẶNG LẼ BÊN CON

Như một chiếc la bàn
Cha ngày đêm chỉ lối
Cho thuyền con lướt tới
Trên biển đời mênh mang

Như hải đăng sừng sững
Cha soi sáng đêm đen
Cho thuyền con tỏ rạng
Về bến đời an yên

Như hàng cây cổ thụ
Xanh rờn hai bên đường
Cha cho con bóng mát
Về mái nhà yêu thương

Nov, 2, 2024

ĐỀN ƠN CHA MẸ

Hãy nói rằng con yêu cha mẹ
Chỉ bấy nhiêu thôi mãn nguyện rồi
Ơn cha mẹ bằng trời bằng bể
Hãy nói khi còn ở trên đời

Cha mẹ già như chuối chín cây
Trước thu phong chẳng chóng thì chầy…
Đừng đợi đến ngày cha mẹ rụng
Và cũng đừng mâm cao cỗ đầy

Hiếu thảo đứng đầu trong bách hạnh
Bao trùm trời đất rộng mênh mông
Là tâm từ ái tình nồng ấm
Là phục vụ đời hết cả lòng

Là hương đức hạnh bay theo gió
Là giúp người nghèo khổ đơn côi
Sống thanh khiết vì đời cống hiến
Là đã đền ơn cha mẹ rồi

Ngày 3/8/2024

MẸ VẪN CÒN MÃI MÃI BÊN ĐỜI

Làm sao trở lại thời thơ bé?
Lắng tai nghe tiếng mẹ ru hời
Hoà trong tiếng súng nổ đạn rơi
Mẹ thức trắng tiếng gà eo óc...

Làm sao trở lại thời đi học?
Mẹ dẫn con thơ đến trường làng
Mỗi chiều về khích lệ ủi an
Nhưng con vẫn hai năm một lớp

Mẹ không trách vì mẹ đã biết
Nhà nghèo bữa đi học bữa không
Vừa mở cày, trâu đã băng đồng
Con phải đi tìm đành... trốn học

Ba năm vào tỉnh chỉ có khóc
Bởi không theo kịp bạn đồng môn
Ở nhờ ký túc xá, ăn cơm
Quán xã hội bữa no bữa đói

Rớt Tú Tài con theo tiếng gọi
Đêm đầu tiên ở Trại số Hai
Mấy giờ liền nước mắt lăn dài...
Thương Mẹ và thương đời lửa đạn

Thời bể dâu tù đày khốn nạn
Hai ngàn đêm sầu nhớ quê nhà
Mỗi chiều tà chống cuốc trông xa…
Nhớ hiền mẫu nhạt nhòa nước mắt

Cuộc đổi đời tim gan quặn thắt
Tuổi già nua héo hắt mỏi mòn
Ngày nào Mẹ cũng ngóng trông con
Suốt kiếp toàn đau thương mất mát

Ơn dưỡng dục lấy gì đền đáp?
Nghĩa sinh thành biển Thái đầy vơi
Mãn đời chưa có ngày thảnh thơi
Suốt kiếp chỉ một màu nâu sẫm

Tình mẹ như biển hồ xanh thẳm
Ơn dưỡng nuôi lồng lộng mây trời
Dìu bước con trên vạn nẻo đời
Giúp con đứng lên khi quỵ ngã

Dạy con lòng từ bi hỷ xả
Biết yêu câu lục bát ca dao
Biết trọng tình đất nước đồng bào
Biết tự hào con Hồng cháu Lạc

Ơn dưỡng dục chưa lần đền đáp
Thì hiền mẫu đã đi xa rồi
Mẹ vẫn còn mãi mãi bên đời
Nơi xứ người giọt sầu chảy ngược…

Nov., 23, 2024

CHA ÂM THẦM LẶNG LẼ

Cha suốt đời thầm lặng
Thương con không bằng lời
Mà thức khuya dậy sớm
Tình cha như mặt trời

Từ ngày mẹ có thai
Cha làm việc bằng hai
Thêm đồ ăn thức uống
Lòng hân hoan vui sướng

Từ lúc con chào đời
Cha vô cùng hạnh phúc
Hãnh diện với họ tộc
Thầm cám ơn Phật Trời

Cha ẵm bồng nâng niu
Dìu con đi từng bước
Mới mười tháng tuổi thôi
Mà bước chập chững rồi

Từ ngày con đi học
Cha dạy con biết đọc
Biết chào hỏi mẹ cha
Biết trình thưa ông bà

Rồi một ngày hữu duyên
Cha đưa con đến Mỹ
Dạy con biết trân quý
Quê hương và cội nguồn

Khi thành nhân chi mỹ
Dạy con đừng xa hoa
Nên giúp người nghèo khổ
Sống lương thiện hiền hoà

Cha âm thầm lặng lẽ
Dõi bước con trên đời
Khi con làm điều tốt
Là đã hiếu thảo rồi

Nov., 23, 2024

20. NGỌN ĐÈN LEO LÉT GIỮA ĐÊM ĐÔNG

Ngày nào khoẻ mạnh lo cho con
Bây giờ sức khỏe mẹ hao mòn
Bước đi không vững chân run rẩy
Mắt mờ trí nhớ cũng không còn

Ngày tháng phai mờ ân với nghĩa
Nhưng tình của mẹ chẳng mờ phai
Thương con như thể con còn bé
Như những ngày đầu mẹ mang thai

Dung nhan tàn héo theo năm tháng
Nhưng lòng từ mẫu chẳng héo tàn
Thương con như lúc con còn bé
Chập chững bước đi dưới nắng vàng

Bây giờ mẹ tóc bạc lưng còng
Sống tựa vào con chẳng đành lòng
Ngày tháng âm thầm như chiếc bóng
Ngọn đèn leo lét giữa đêm đông

Nov., 25, 2024

TUỔI THƠ TÔI CHẲNG CÓ MÙA XUÂN

Khi tôi sinh ra
Không có ngôi sao nào xuất hiện
Bầu trời tối đen màn đêm thất nghẹn
Trên chõng tre già
Không bà mụ cắt nhau
Cha tôi đã bị bắt dẫn đi rồi
Còn trơ trọi đôi trâu cày ngơ ngác
Chị sáu tuổi nhưng tâm hồn nạm bạc
Biết thay cha lo lắng đỡ đần
Chợt gạo, thổi cơm, giặt giũ, bỏ than...
Ôi tình chị biển sóng tràn dào dạt!

Khi tôi sinh ra
Quê hương nghèo xơ xác
Bữa cơm xen từng củ sắn củ môn
Quân giặc về lập bót xây đồn
Mấy chục nóc tranh buồn héo hắt
Dòng sông Lốt cũng khô cần sỏi cát
Cánh đồng Ba nằm chết ở bên thôn
Rừng núi thâm u tím thẫm màu hờn

Khi tôi sinh ra
Mẹ tôi gầy yếu quá!
Chín tháng cưu mang từng ngày vất vả
Chín tháng cưu mang chạy giặc bao lần?
Bom nổ trên đầu, đạn bắn dưới chân
Nhà cháy ngụt trời lo âu sợ hãi
Đời Mẹ là thân cò còm cõi
Tối ngày cong lưng chúi mũi xuống đồng sâu
Lúc ăn, lúc vui, Mẹ chọn chỗ khuất, sau
Cái mặc, cái đẹp, Mẹ giữ màu nâu, tối
Đời khó khổ vợ chồng chung chiếc áo
Bữa cháo rau mẫu tử sống qua ngày
Tình Mẹ mênh mông nội cỏ ngàn cây
Ôi vi diệu ánh trăng Thu huyền ảo!

Khi tôi sinh ra
Đời sao áo não!
Tôi sống nhờ bằng bú thép bú tay
Trông gầy nhom như trẻ thiếu tháng non ngày
Như con mèo ốm những ngày sơ tán
Tôi đã khóc suốt ngày suốt tháng
Những tiếng buồn ai oán tuổi thơ tôi

Khi tôi sinh ra
Quê hương mờ khói lửa
Ngày Tây ruồng, đêm Việt Minh về gõ cửa
Có những người bị đánh bằng gỗ ba phân vuông
Có những người bị hiếp không chút xót thương
Có những cái chết miệng còn nhay vú mẹ
Có những cái chết tay còn cầm bó mạ
Có những cái chết không nhắm mắt bao giờ
Thù hận ngút cao chẳng bến chẳng bờ

Khi tôi sinh ra
Khói lửa mịt mờ...
Thân phận con người như cỏ rác
Con thú đau thương biết cất lên lời gào tiếng thét
Người quê tôi lặng lẽ âm thầm
Không có tiếng vọng nào bay ra khỏi lũy tre xanh
Đất nước tôi mờ mịt chiến tranh...

Khi tôi sinh ra
"Nồi da xáo thịt"
Khói lửa ngập tràn khắp làng khắp nước
Thân phận con người thống khổ trầm luân
Tuổi thơ tôi chẳng có mùa xuân

1998

(Trích từ thi tập Thơ Vinh Hồ, 1999)
*Du Tử Lê có trích dẫn thơ của bài này.

SAO KHUÊ NHỎ LỆ CUỐI TRỜI XA

Lời ca dao xao động hoàng hôn
Tím thẫm những tâm hồn đơn độc
"Ai còn mẹ xin đừng làm mẹ khóc"*
Ai có cha xin chớ để cha buồn

Nhưng hỡi ơi khi con trẻ lớn khôn!
Cắp sách đến trường học hành đỗ đạt
Có bằng cấp địa vị chức quyền tiền bạc
Con lại lớn tiếng nặng lời chửi mẹ mắng cha

Hành hạ đuổi xô chối bỏ xót xa
Cha mẹ già nua đưa tay bưng mặt
Thẫn thờ bước đi trong sa mạc buồn tênh
Biển rì rào khúc hát mông mênh

Núi im lìm ưu tư trầm mặc
Cõi hồng trần mịt mờ bụi cát
Đời vô tình vô cảm vô tâm
Đấng sinh thành âm thầm sầu tủi

Có con dế Mèn cất lên lời an ủi
Và ngôi sao Khuê nhỏ lệ cuối trời xa

                              July 18, 2024

*Ca dao

MẸ VẪN NGỒI NHƯ TƯỢNG

1
Đứa con lớn tiếng quát
"Bà không phải mẹ tôi"
Đánh mẹ bóp cổ mẹ
Chửi mẹ không còn lời

Lằn roi nổi bầm tím
Tím như trái mồng tơi
Vết thương ăn vô thịt
Niềm đau xuyên qua hồn

Mẹ vẫn ngồi như tượng
Mắt mờ dòng lệ tuôn
Đưa tay lên làm dấu
Thánh giá một chiều buồn

2
Ngày nào con còn nhỏ
Mỗi chiều đi học về
Mẹ vẫn ra đầu ngõ
Đón con lòng vui ghê!

Bây giờ con thành đạt
Mỗi chiều đi làm về
Mẹ tìm chỗ vắng vẻ
Ngồi nghe chim tỉ tê

Nhìn mây trời phiêu lãng
Lờ lững nơi giang đầu
Tím thẩm màu quan tái
Như chia sẻ mối sầu

3
Xưa mẹ ru con ngủ
Năm canh chầy thức đủ
Nay không còn ru con
Vẫn thức… lòng héo hon

Sương thu giăng khắp lối…
Trăng thu sáng khắp trời…
Mẹ vẫn ngồi như tượng
Nghe cõi lòng đơn côi

                        Mar., 10, 2025

QUÊN

Suốt đời hy sinh vô điều kiện
Mẹ cha là bóng mát đời con
Đến khi khôn lớn con quên hết
Đã làm cho mẹ khóc cha buồn

Công đức sinh thành cao tựa núi
Phận làm con "hiếu thảo vi tiên"*
Đến khi thành đạt con quên hết
Đã làm cho mẹ tủi cha phiền

Mar., 1, 2025

*Danh ngôn

ĐỪNG

Con ơi đừng chửi đời phi lý
Đừng hờn số phận sao long đong
Đừng giận người thay dạ đổi lòng
Đừng khinh kẻ lang thang lứ thứ

Và cũng đừng trách cứ mẹ cha
Vì mẹ cha nay tuổi đã già
Đừng bất kính làm cha sầu tủi
Đừng vô ơn khiến mẹ châu sa

May, 27, 2024

CON ĐỪNG LỚN TIẾNG

Sáng nay mẹ bệnh không đi chợ
Bữa ăn đạm bạc chớ phiền lòng
Con đừng lớn tiếng làm mẹ sợ
Lời nhẹ nhàng là điều mẹ mong

Mẹ già rồi lúc nhớ lúc không
Việc nhà khó chu toàn tươm tất
Con đừng lớn tiếng làm mẹ khóc
Suốt đêm nghe lá rụng ngoài song…

Mar., 2, 2025

MẸ NGỒI BƯNG MẶT KHÓC

Giờ Dậu vầng trăng thu nhỏ lệ
Con trai vừa chối mẹ ba lần
Thảng thốt mẹ ngồi bưng mặt khóc
Cây sầu đâu rụng lá đầy sân…

Giữa ta bà phù vân hư ảo
Mẹ ngồi nức nở suốt canh khuya…
Chợt nhớ những ngày dài tần tảo
Suối lệ cần khô lại đầm đìa…

Mar., 4, 2025

MẸ CHA BỒ TÁT TẠI GIA

Có bằng cấp cao sang nhưng bất hiếu
Không bằng thất học mà có hiếu
Biết nhiều không bằng biết điều
Hiếu thảo đứng đầu trong đạo làm người

Ra ngoài đời biết đời là khó
Không như cha mẹ quảng đại bao dung
Tình yêu thương thuần khiết lạ lùng!
Suốt đời hy sinh vô điều kiện

Yêu cha mẹ khi còn có thể
Đừng đợi ngày mai đời khói sương
Yêu cha mẹ đừng để quá trễ
Vì đời là cát bụi vô thường

"Mẹ cha Bồ Tát tại gia
Phật sống trong nhà xin chớ có quên"*
Đền thờ ở ngay trong tim
Đạo Hiếu trước mắt đừng tìm đâu xa?

Mar., 6, 2025

*Ca dao

LÒNG MẸ TRỜI BAN THIÊN TÍNH NỮ

Lòng mẹ theo mùa đông tháng giá
Nuôi con trẻ vất vả từng ngày
Chỗ ướt mẹ nằm uống đắng ăn cay
Cho con tất cả ấm no đầy đủ

Bấc thổi, phùn bay, đồng sâu, nước lũ
"Bán mặt cho đất bán lưng cho trời"*
Mẹ vẫn vui vì có con trong đời
Mẹ hạnh phúc được chăm lo săn sóc

Mẹ mơ ước con học hành đỗ đạt
Mẹ yêu thương con nhất ở trên đời
Ngay cả khi con lớn tiếng nặng lời
Chối bỏ mẹ, chửi mắng mẹ, hay đánh đập mẹ

Mẹ cũng chỉ buồn cho thân phận mẹ
Mà không hề trách móc giận hờn con
Bởi vì mẹ chính là mẹ của con
Bởi lòng mẹ muôn đời bất biến

Bởi lòng Mẹ bao la như trời biển
Yêu thương con đến vô tận vô cùng
Từ bi hỷ xả buông bỏ bao dung
Bởi lòng mẹ Trời ban thiên tính nữ

Giữa cuộc đời đầy đam mê quyến rũ
Mẹ cầu mong con thức tỉnh ăn năn
Sớm nhận ra tất cả lỗi lầm
Về với mẹ thành tâm sám hối

Mar., 12, 2025

*Phương ngữ

30. VẾT THƯƠNG TÂM HỒN

Đêm Thu trời đất tối tăm
Vầng trăng không mọc Mẹ quỳ chắp tay
Cầu Trời khẩn Phật xót thương
Thứ tha con trẻ, sân, si, ngông, cuồng

Tay cầm cái vỉ đập ruồi
Đánh vào thân Mẹ tả tơi dập bầm
Vết thương chỉ rát ngoài da
Nhưng buồn đau lại thấm vào tim gan

Nỗi sầu lan tận tâm hồn
Mẹ ngồi như tượng bao đêm khóc thầm
Xác thân còn đó tháng ngày
Nhưng hồn Mẹ đã tan vào hư không…

Về đâu trong cõi mông lung?
Bể dâu chìm nổi mấy phương luân hồi?
Mẹ cầu Trời Phật bao dung
Thứ tha con trẻ dại khờ lần ni

Mar., 14, 2025

QUAY ĐẦU LÀ BỜ

Có bằng cấp địa vị
Có tiền tài lợi danh
Nhưng về nhà nghiệt ngã
Chửi mắng đấng sinh thành

Đánh cả cha lẫn mẹ
Xô đuổi ra khỏi nhà
Chối bỏ tình phụ mẫu
Đã đoạn đành lìa xa…

Vì hư vô ảo ảnh
Bán rẻ cả linh hồn
Mỗi thu về gió lạnh
Có nghe lời ru buồn?

Vì ngông cuồng hoang tưởng
Bán đứng cả lương tri
Mỗi mùa đông tuyết giá
Có lệ sầu hoen mi?

Tội bất hiếu bất kính
Chấn động chín tầng trời
Đến muôn đời muôn kiếp
Sầu tủi vẫn chưa nguôi

Hãy quay đầu là bờ *
Về quỳ bên cha mẹ
Nguyền ăn năn sám hối
Xin Phật Trời thứ tha

                          Mar., 16, 2025

* Sách Phật có câu:
Khổ hải mang mang
Hồi đầu thị ngạn"
(Biển khổ mang mang
Quay đầu là bờ)

VÌ ĐÂU NÊN NỖI?

Con cái đấu tố cha mẹ
Cực cùng hung ác dã man
Xác mẹ máu me lai láng
Hồn cha vất vưởng kêu than

Con cái chôn sống cha mẹ
Nhân gian đất thảm trời sầu
Đêm sâu ngọn đèn leo lét
Ơi hỡi do đâu vì đâu?

Con cái vỗ tay ca hát
Trên thân xác mẹ cha già
Đêm dài ngập ngụa tội lỗi
Vì đâu nên nỗi xót xa?

Con cái chối bỏ cha mẹ
Đêm đen che kín mặt trời
Đau thương đứt từng đoạn ruột
Vì đâu nên nỗi người ơi?

Nov., 2, 2024

TÌNH MẸ THIÊNG LIÊNG

Thuở còn thơ con cứ khóc oa oa…
Nằm bên Mẹ tưởng chừng không có Mẹ
Tình Mẹ là gì mà thiêng liêng thế?
Con không tài nào hiểu nổi Mẹ ơi!

Thi rớt Tú tài vào trại nhập ngũ
Đêm đầu nhớ Mẹ ngồi khóc như mưa…
Khóc ngon khóc ngọt nước mắt đầm đìa…
Khóc suốt hai giờ như chưa được khóc

Ngày thua trận bị trói dẫn vào tù
Vầng nguyệt mờ lu vẫn soi mỗi bước
Lòng nghẹn ngào từng giọt sầu cháy ngược…
Bước đường cùng biết thương Mẹ Mẹ ơi!

Ngày Mẹ đi con se thắt bồi hồi
Quỳ trước bàn thờ hương bay nghi ngút…
Từng giọt lệ ôi sầu đau chua xót!
Trút xuống như mưa thương tiếc Mẹ già

Rồi nơi xứ người tuyết phủ sương sa…
Đời đã xế chiều chân lê từng bước
Nhưng đứa con khờ vẫn chưa hiểu được
Vì sao tình Mẹ lại quá thiêng liêng?

Nov., 10, 2024

TÌNH MẪU TỬ THIÊNG LIÊNG CAO CẢ

Ngôn ngữ trần gian đành bất lực
Trước trái tim từ ái vị tha
Tình mẫu tử thiêng liêng cao cả
Lòng Mẹ như trời biển bao la

Suốt đời hy sinh vô điều kiện
Ơn dưỡng nuôi bằng trời bằng biển
Lớn lên con sẽ hiểu vì sao?
Nuôi con vất vả như thế nào?

May, 27, 2024

LỚN LÊN CON SẼ HIỂU

Cha mẹ thương con vô bờ bến
Là ân tứ vô lượng từ Trời
Đừng làm mẹ khóc cha buồn khổ
Lớn lên con sẽ hiểu con ơi!

Cha mẹ có thể thay mọi người
Nhưng người không thể thay cha mẹ
Tình cha mẹ bao la trời bể
Lớn lên con sẽ hiểu con ơi!

May, 26, 2024

ĐỜI MẸ LÀ CHUỖI DÀI ĐAU KHỔ
(Viết thay cho một người Mẹ)

Cha con đi lính trước bảy lăm
Nửa thế kỷ rồi vẫn biệt tăm
Mẹ ở vậy ngóng trông mòn mỏi
Lòng mang một nỗi buồn xa xăm

Mẹ vẫn giữ tình yêu chung thuỷ
Nuôi con tận tuỵ tháng ngày qua…
Đến khi khôn lớn con từ giã
Quê hương và hình bóng mẹ già

Con đi biền biệt vô âm tín
Không biết bây giờ ở nơi mô?
Đời mẹ là chuỗi dài đau khổ
Suối lệ sầu thương cũng cạn khô

Nov., 2, 2024

ĐÓ CŨNG LÀ HIẾU CON ƠI!

Chẳng có gì cho con cả
Ngoài tình thương tựa biển trời
Nuôi con đâu cần báo đáp
Chỉ mong khôn lớn nên người

Chẳng có gì cho con cả
Ngoài lòng từ ái vị tha
Trái tim yêu thương cao cả
Cuộc sống lương thiện hiền hoà

Chẳng có gì cho con cả
Ngoài ước mơ con đến trường
Cố gắng học hành đỗ đạt
Ra trường kẻ mến người thương

Trau dồi tài năng kiến thức
Giữ gìn đạo đức làm người
Vì đời hết lòng phục vụ
Đó cũng là hiếu con ơi!

Nov., 6, 2024

HỒN GỞI LẠI QUÊ NHÀ

Ra đi hồn gởi lại quê nhà
Tán gạo đình làng mùa nở hoa
Khu tháp tiền nhân ngời nét cổ
Mộ phần cha mẹ lắng chuông xa
Sau lưng sừng sững Vọng Phu Thạch
Trước mặt êm đềm Họng Ngã Ba
Nhớ mãi chùa Thiên chìm cõi mộng*
Thương hoài sông Đá chở phù sa…

Nov., 2, 2024

*Chùa Thiên Bửu

LÂU LẮM CHƯA VỀ

Lâu lắm chưa về thăm cố lý
Mộ phần cha mẹ khói sương pha…
Đầu quay về núi non hùng vĩ
Mặt hướng ra sông nước hiền hoà

Đình miếu hè về thương tán gạo
Từ đường hương hỏa gió mưa sa…
Mả mồ gia tộc buồn hiu hắt
Quyến thuộc mưu sinh nơi xứ xa

Lâu lắm chưa về thăm quê nhà
Nhưng hồn mộng đã đến cây đa
Dòng sông bến nước con đò nhỏ
Cùng em lặng ngắm ánh trăng tà

23/2/2024

40. MỘNG THẤY VỀ THĂM NHÀ

Nhiều đêm mộng thấy về thăm nhà
Gậy trúc thân ta giờ đã già
Qua bến Bà Đa ghe gối bãi
Gọi đò… cô lái nhận không ra

Đi từ cuối xóm đến đầu làng
Đi từ sáng sớm đến chạng vạng
Đầu cầu có mấy anh trai tráng
Ra chào "khách lạ" đến thăm làng

Thất thơ thất thểu giữa ta bà
Ghé chùa cửa đóng sư đi xa
Trước chùa có cây me đại thụ
Ta tựa lưng ngồi thế kiết già

Thiền định nhưng tâm ta chẳng định
Nhớ bè nhớ bạn nhớ người dưng
Nhớ cha nhớ mẹ nhớ tới sáng
Tâm viên cứ chạy nhảy không ngừng

Song thân hồn đã về Tây trúc
Bè bạn phiêu lưu khắp tứ phương
Lê bước… mình ta trên bến vắng
Lạc loài xa lạ giữa quê hương

20/8/2024

MONG MỘT NGÀY VỀ

Mong một ngày về thăm quê cũ
Mộ phần cha mẹ nằm song song
Đình miếu ẩn mình dưới đại thụ
Bảy tầng tháp cổ ngời rêu phong

Mong một ngày về thăm cố quận
Phố chợ nằm bên bờ sông Dinh
Hòn Hèo, hòn Lớn ra tận vịnh
Dốc Lết, Ninh Vân cảnh hữu tình

Mong một ngày về thăm phố biển
Ngôi trường Võ Tánh đã thay tên
Con đường Duy Tân đã đổi họ
Nhưng Hòn Chồng tình vẫn vững bền

Mong một ngày về thăm Sài Gòn
Thành phố thay tên đứng héo hon
Đại lộ Nguyễn Hoàng chung số phận
Nhưng người xưa lòng vẫn sắt son

Nov., 2, 2024

NHỌC NHẰN GÁNH GIỮA CHỢ ĐỜI

(Ảnh NET)

Nhọc nhằn gánh giữa chợ đời
Sáng trưa chiều tối khản lời mẹ rao…
Tháng ba đổ trận mưa rào
Giọt nào của mẹ, giọt nào của mưa?

Nhọc nhằn gánh giữa chợ trưa
Mẹ còn gánh mãi bốn mùa gió sương
Vì đời gánh những đau thương
Vì chồng gánh những đoạn trường lao lung

Nhọc nhằn gánh giữa chợ đông
Gánh con thơ dại đi trong mịt mờ
Chiều mưa sầu cả câu thơ
Vẫn đôi quang gánh hững hờ trên vai

Nov., 2, 2024

VÌ CON MẸ GÁNH ĐẾN MÃN ĐỜI

Vì con mẹ gánh những long đong
Gánh hết mùa đông vẫn chưa xong
Gió táp mưa sa mẹ vẫn gánh…
Chưa một ngày nào được thong dong

Vì con mẹ gánh những thương đau
Gánh hết mùa thu chửa hết sầu
Đạn bắn trên đầu mẹ vẫn gánh…
Đường xa vạn dặm vạn lo âu

Vì con mẹ gánh những gian nan
Gánh hết mùa hè chẳng thở than
Nắng cháy da người mẹ vẫn gánh…
Miễn con được hạnh phúc bình an

Vì con mẹ gánh đến mãn đời
Gian khổ đã biến thành niềm vui
Lối vắng đèn mù mẹ vẫn gánh…
Bóng mẹ mờ dần trong sương rơi…

Nov., 2, 2024

GIỜ MUỐN VỀ NGỒI BÊN MẸ

Giờ muốn về ngồi bên mẹ
Để nghe dạy bảo khuyên răn
Dù con tóc bạc da nhăn
Vẫn là con khờ của mẹ

Giờ muốn nắm lấy bàn tay
Nhọc nhằn vất vả từng ngày
Bốn mùa vì con chai sạn
Một đời bởi trẻ hao gầy

Giờ muốn thời gian quay ngược
Trở về cái thuở ấu thơ
Theo mẹ hái hoa bắt bướm
Nghe ve hợp xướng hàng giờ

Giờ muốn chìm trong giấc mộng
Trở về cái thuở nằm nôi
Để nghe lời ru vang vọng…
Ngọt ngào sâu lắng bồi hồi

Nov., 2, 2024

BÀ NỘI NHỚ THƯƠNG

Nhà đông người cày suốt ngày vất vả
Bữa cơm chiều sân trước quây quần đông
Nội ngồi nồi phải bới cơm giáp vòng
Chưa cầm đũa mà nồi cơm đã hết

Vào vụ chiều nào nội cũng đói meo
Thân gầy gò như con mèo mướp ốm
Đói khổ đã quen từ thời mới lớn
Vất vả nhọc nhằn bởi con nhà nghèo

Đói khổ bao nhiêu nội cũng chịu được
Miễn đàn con nội hạnh phúc ấm no
Nhưng thời cuộc lại không như mơ ước
Bầy con của nội tan tác âu lo

Người thoát ly lên mật khu Đá Bàn
Người kháng chiến bị bắt đày Côn Đảo
Người hi sinh cảnh nhà thêm áo não
Hai ngàn đêm nội héo hắt hoang mang

Đợi con chưa về, nội đã đi xa
Bởi viên đạn từ đồn Tây nhắm bắn
Nội ngã xuống trong buổi chiều thinh lặng
Ngôi mộ buồn chín thập kỷ trôi qua…

Mỗi năm một lần cây gạo nở hoa
Tại đất Cây Thị cháu đi tảo mộ
Nhìn mộ nội dưới bầu trời mưa đổ…
Mưa nhạt nhòa như thể lệ sầu rơi…

Mất nửa đàn con, mất luôn cả nội
Bởi vì đâu sầu khổ suốt một đời?
Bao năm qua cháu lưu lạc xứ người
Cuối tháng Chạp có ai đi tảo mộ?

23/1/2024

ÔNG NỘI KÍNH YÊU

Ông nội diện áo dài đen khăn đóng
Biết chữ Nho, dáng quắc thước nghiêm trang
Xếp nhiều thiệp đỏ để trong hộc bàn
Đợi ngày Tết lì xì cho đám cháu

Thời Tiểu học hai lần đứng nhất lớp
Nội dò đầu khen ngợi cháu đích tôn
Cháu vẫn còn nhớ giọng nói ôn tồn
Nhớ chòm râu bạc rung rinh trong gió

Kín đáo thâm trầm nhưng lại nghệ sĩ
Hò giao duyên, hát bội, nội đều mê
Mở màn Tiết Đinh San cầu Phàn Lê Huê
Nội thúc trống hào hùng... ném thẻ tới tấp...

Bạn bè nội thường ghé nhà thứ võ
Rồi cụng ly gõ nhịp hô bài chòi
Cháu tò mò sau cánh cửa rình coi
Giọng của nội nghe trầm trầm ấm áp

Trước thời thế nhiễu nhương đầy bão táp
Nội vẫn an nhiên bình thản như thường
Nghĩa xóm tình làng gắn bó yêu thương
Miếu mạo đình chùa một lòng tôn kính

Thế rồi buổi chiều tại đất Xoài Voi
Tin nội mất mùa đông thêm buốt giá
Thương tuổi già mong manh như chiếc lá
Gió rung cháu cũng nghe buồn hắt hiu

20/1/2024

VU LAN CẢM TÁC

Tháng Bảy mưa ngâu giọt giọt sa…
Giật mình nhớ đến Mẹ cùng Cha
Hoa hồng trắng khẽ cài trên ngực
Ký niệm xưa về dưới mái nhà
Suốt kiếp hy sinh nào ái ngại
Cả đời thua thiệt chẳng phiền hà
Cho con đèn sách mong con lớn
Đỗ đạt thành nhân sống thật thà

30/8/2020

HAI NGƯỜI CHA

Tôi có hai người cha giỏi giang
Suốt đời chôn chặt với thôn trang
Ruộng đồng vườn tược xanh biêng biếc
Miếu mạo đình chùa đẹp rỡ ràng
Cuốc bẩm cày sâu vui nghĩa xóm
Từ bi hỉ xả đẹp tình làng
Ngày rằm đi lễ làm công quả
Yêu mến thiên nhiên tình chứa chan

23/8/2024

THÂN CÒ CÕNG BỐN MÙA MƯA NẮNG
(Viết thay cho một người Mẹ quê)

Ảnh NET.

Làm sao quên những ngày lập đông?
Cha đi tù phùn bay bấc thổi...
Nhà xiêu dột bốn bề nước xối
Mẹ u buồn tựa cửa chờ trông

Làm sao quên những chiều thu phai?
Cha đi tù con ra đầu ngõ
Trên đường đồng dáng người thon nhỏ
Đôi vai gầy gánh những ngô khoai

Hè về bụng đói xanh cả mặt
Xuân đến nhà nghèo sáng tinh mơ
Sông Đục mẹ mò cua bắt ốc
Mương Đình mẹ xúc tép đặt lờ

Tuổi tám mươi gần đất xa trời
Nhưng chưa có một ngày thảnh thơi
Mẹ vẫn đi mò cua bắt ốc
Khổ cực bao nhiêu mẹ vẫn cười

Thân cò cõng bốn mùa mưa nắng
Cõng suốt một đời chẳng thở than
Chỉ mong con cái được hạnh phúc
Quây quần bên mẹ sống an nhàn

Nhưng cuộc đời vẫn bất như ý
Bầy con của mẹ đứa thoát ly
Đứa hy sinh ở ngoài biên thuỳ
Đứa vượt biên, đứa đi cải tạo

Đứa trầm cảm lang thang ngoài đường
Ngày mẹ mất cũng không có mặt
Chỉ có tiếng đàn cò dìu dặt…
Tiến đưa hồn mẹ về Tây phương

Nov., 2, 2024

50. HIẾU KÍNH CHỚ KHINH NGƯỜI

Từ thuở con chào đời
Mẹ bồng bế dưỡng nuôi
Lúc đau đầu sổ mũi
Khi trái gió trở trời
Phải mặc rách nằm lạnh
Chịu ăn đói ngủ ngồi
Mong con lúc hiển đạt
Hiếu kính chớ khinh người*

July 23, 2019

*"Hãy nghe lời cha đã sanh ra con, Chớ khinh bỉ mẹ con khi người trở nên già yếu."

THÁNG MƯỜI MẸ DẮT TRÂU ĐI CÀY

Tháng mười, mẹ dắt trâu qua sông
Ruộng nẫy phùn bay buốt cả lòng
Chân đạp nhả cày la dí thá
Trâu nghe lời mẹ bước song song
Vì con, mẹ bán mặt cho đất
Thương mẹ, lúa đơm bông sáng đồng
Khốn nỗi phồn hoa con chối mẹ*
Mái nghèo đêm quạnh ngọn đèn chong

13/7/2019

*Kinh Thánh - Lu-ca 22:34:
"Đức Chúa Jêsus đáp rằng: Hỡi Phi-e-rơ, ta nói cùng ngươi, hôm nay khi gà chưa gáy, ngươi sẽ ba lần chối không biết ta.

HIẾU THẢO ĐỨNG ĐẦU TRONG BÁCH HẠNH*

Một trăm chữ hạnh, đạo làm con
Hiếu thảo đứng đầu kinh sử còn
Chẳng hiểu vì sao nay lạnh nhạt?
Và do đâu lẽ đạo phai mòn?
Nhọc nhằn suốt kiếp cha gầy guộc
Lao khổ cả đời mẹ héo hon
Lai láng biển hồ tình phụ mẫu
Nhưng rồi cái kết, quả bồ hòn!

13/7/2019

*Cổ nhân có câu:
Thiên địa tứ thời, xuân tại thủ
Nhân sinh bách hạnh, hiếu vi tiên.
Tạm dịch:
Trời đất bốn mùa, xuân đứng đầu
Người đời trăm hạnh, hiếu làm trước.

MẸ CHA LÀ BỤT Ở TRONG NHÀ

Tu ở đâu bằng tu tại gia
Thờ cha kính mẹ, Bụt trong nhà*
Mênh mông trời đất tình yêu mẹ
Lai láng biển hồ công đức cha
Đi khắp luân hồi muôn thế giới
Tìm trong vũ trụ vạn thiên hà
Chẳng ai quảng đại và cao thượng
Tốt với con bằng mẹ với cha

17/7/2019

*Ca dao:
-Tu đâu cho bằng tu nhà
Thờ cha, kính mẹ ấy là chân tu.
-Cha già là Phật Thích-Ca
Mẹ già đích thị Phật bà Quan-Âm.

TRÔNG VỀ QUÊ CHA*

Cả đời chôn chặt với dòng sông
Yêu mến con trâu quý ruộng đồng
Bờ cỏ sáng ra trào nước mắt
Hàng sanh chiều xuống rũ tơ lòng
Cần cù vất vả đôi tay trắng
Ngay thật hiền lương một chữ không
Nghìn dặm xa trông về chốn cũ
Hồn quê lả tả lá thu phong

*Bài này đã được nhạc sĩ LMST phổ nhạc năm 2003
Trông Về Quê Cha
Thơ Vinh Hồ
Nhạc LMST 2003
Hòa âm Vũ Thế Dũng
Trình bày ca sĩ Quốc An
PPS hình ảnh: Huyền Ái:
https://www.youtube.com/watch?v=R23IdqwYKmc

TẤM LÒNG QUẢNG ĐẠI CỦA CHA MẸ
(Tưởng nhớ Ba Mẹ vợ)

Làm tròn trách nhiệm giữ biên cương
Con cái tòng quân ra chiến trường
Mè đậu mẹ buôn tần bán tảo
Nương soi cha một nắng hai sương
Cha mong hậu duệ vì non nước
Mẹ muốn anh em giữ đạo thường
Mùa hạ, mẹ đưa cô gái út
Thăm anh trên các nẻo quê hương

July 28, 2019

MỘT MAI THÀNH ĐẠT ĐỪNG QUÊN LÃNG

Trứng nước cưu mang tự những ngày*
Sinh thành dưỡng dục ơn cao dày
Ráng chiều đỏ thắm không so sánh
Dòng suối trong veo cũng khó tày
Quần quật cả ngày mong trẻ lớn
Âu lo suốt kiếp muốn con hay
Một mai thành đạt đừng quên lãng
Năm tháng hàn vi cực khổ này

July 27, 2019

Công cha đức mẹ cao dày
Cưu mang trứng nước những ngày còn thơ (Ca dao)

TÌNH MẸ

Bốn mươi tuổi đẻ hết chờ trông
Tình mẹ thương con ngập biển Đông
Gặp lúc con trăn trời trở gió
Là khi mẹ héo ruột khô lòng
Con nằm bập bẹ môi cười mọng
Mẹ thấy hân hoan lệ ngắn tròng
Đời mẹ chắt chiu nhiều nỗi khổ
Nuôi bao hy vọng lại chờ mong

1984
Trích thi tập Ngàn Hương, 1994

CHA TÔI

Tôi nhớ cha tôi lúc tám mươi
Cả đời nặng nhọc cũng nhờ Trời
Tóc râu bạc trắng rung rinh gió
Kinh sách xa xưa nghĩ ngợi đời
Sáng uống tách trà ghim lá thuốc
Chiều xem cây kiểng tưới dây khoai
Đêm đêm thắp nén hương cầu nguyện
Trời Phật linh thiêng cứu độ người

1993

KẼO KẸT VÕNG BUỒN

(Ảnh NET)

Kẽo kẹt võng buồn dưới mái tranh…
"Năm canh chầy thức đủ năm canh"*
Chày kình gõ nhịp vang Thiên Bửu
Đại bác ru đêm vọng Bến Gành
Biền biệt lao tù con vắng bố
Miệt mài binh lửa em xa anh
Gió thu thương cảm niềm cô tịch
Đưa đẩy cành tre lạt dỗ dành…

Orlando, 20/7/2019

*Ca dao

60. TÌNH CHA THẦM LẶNG TRANH KHÔNG LỜI

1
Tình cha thầm lặng tranh không lời
Đồng cỏ mùa xuân ngập nắng tươi
Là hải đăng cho con cập bến
Là la bàn dẫn trẻ vào đời
Là đèn sách dạy con tri thức
Là lúa khoai nuôi trẻ thành người
Biết nhục, không cầu vinh mãi quốc
Giữ giang san tống khứ ma trơi

2
Tình cha lan tỏa khắp muôn phương
Lẽ sống đời con một tấm gương
Là ngọn đuốc thiêng liêng chỉ lối
Là la bàn ảo diệu đưa đường
Tấm lòng cao cả ngời non Thái
Trí tuệ uyên thâm giữ đạo Thường
Vất vả cho đồng xanh lúa tốt
Cho đời con khởi sắc thơm hương

June, 19, 2020

MƠ THẤY CHÂN DUNG MẸ

Đời Mẹ là thân cò héo hon
Là cây xoan trước gió đông buồn
Thức khuya dậy sớm lo nhiều nỗi
Ăn đói mặc hàn nuôi các con
Gánh gạo nuôi chồng bom đạn réo
Chong đèn đợi trẻ gió mưa lòn
Xứ người mơ thấy chân dung Mẹ
Lồng lộng giữa trời mây núi non

Aug, 12, 2022

NHỚ MẸ THƯƠNG CHA

Đêm đêm con thắp ngọn đèn trời*
Cầu nguyện cho cha mẹ sống đời
Chiều xuống thương lời cha dạy dỗ
Nguyệt tàn nhớ tiếng mẹ ru hời
Cha già tóc bạc theo năm tháng
Mẹ yếu lưng còng sát đất rồi!
Khốn nạn đời tù không bản án!
Đêm nghe tiếng dế lệ sầu rơi…

Bù Gia Phúc, 1978

*Mỗi đêm mỗi thắp đèn trời
Cầu cho cha mẹ sống đời với con.

CHỊ TÔI
(Thương về chị ruột Hồ Thị Ngọc ở Cam Ranh)

Phương danh của chị nói lên rồi
Viên "Ngọc" công dung hạnh rạng ngời
Sáu tuổi thay cha săn sóc mẹ
Một đời trọng nghĩa mến thương người
Tảo tần vất vả nuôi con cái
Cần kiệm siêng năng giữ đạo đời
Hậu duệ thành nhân chi mỹ cả
Đồng chồng đồng vợ dựng cơ ngơi*

July 25, 2019

*Phương ngữ:
Đồng vợ đồng chồng tát biển đông cũng cạn.

NHỚ CHỊ TÔI KHI VỪA SÁU TUỔI (1)
(Kính tặng chị Sáu Hồ Thị Ngọc, anh Sáu cùng các cháu)

Ngụt trời khói lửa ngập làng quê (2)
Dưới mái tranh lòng chị não nề
Cha bị trói gô đi mất biệt
Mẹ vừa sinh bé nằm hôn mê
Em chào đời xót xa nghìn nỗi
Chị một tay lo liệu mọi bề
Giặt giũ nấu cơm và chợt gạo
Nhạt nhòa nước mắt đợi cha về…

July 25, 2019

(1) Chị tôi lớn hơn tôi 6 tuổi, hiện ở Cam Ranh, có 7 đứa con có hiếu.

(2) Đầu năm 1946, giặc Pháp từ Ban Mê Thuột đánh xuống Ninh Hoà, đi ngang qua làng tôi, hãm hiếp 1 phụ nữ, đốt cháy nhiều nhà dân, chùa Thiên Bửu đầu làng cũng bị cháy.

MỘNG THẤY BỐ VỀ ÔM LẤY CON

Còn bố gót con đỏ tựa son
Đến khi bố mất gót con mòn*
Trời mưa nhà dột con run rét
Bão thổi cột xiêu con héo hon
Đến chợ thân cô bị hiếp đáp
Ra đường thế yếu lại ăn đòn
Ngày đi chăn vịt, đêm buồn tủi
Mộng thấy bố về ôm lấy con

Aug 16, 2019

*Ca dao:
Còn cha gót đỏ như son
Đến khi cha chết gót con đen xì.
Còn cha nhiều kẻ yêu vì
Một mai cha thác ai thì nuôi con.

CÔNG ĐỨC CHA NHƯ NÚI NGẤT TRỜI

Võng đưa kẽo kẹt tiếng ru hời...
Công đức cha như núi ngất trời!*
Biển cả bao la nhưng biến động
Tình cha kỳ diệu lại cao vời
Mây trời có lúc còn phiêu tán
Tình bố quanh năm chẳng đổi dời
Con hỡi con hời... con hãy ngủ
Cha còn đánh lưới trên sông đôi

Aug 9, 2019

*Ca dao:
Công cha như núi ngất trời
Nghĩa mẹ như nước ở ngoài biển Đông
Núi cao biển rộng mênh mông
Cù lao chín chữ ghi lòng con ơi.

TẤM LÒNG CỦA MẸ
TRĂNG VẰNG VẶC

Ảnh NET.

Công đức sinh thành của mẫu thân
Phận làm con trả vạn nghìn lần
Cũng không đầy trọn câu nhân nghĩa
Và chẳng vẹn toàn chữ hiếu ân
Lồng lộng mây trời đâu phủ kín
Trập trùng biển sóng khó cân phân*
Tấm lòng của mẹ trăng vằng vặc
Soi sáng đời con thiện mỹ chân

       Aug 7, 2019

*Danh ngôn:
Nước biển mênh mông không đong đầy tình mẹ
Mây trời lồng lộng không phủ kín công cha.

Ở VẬY NUÔI CHA MẸ TRỌN NIỀM

Ở vậy nuôi cha mẹ trọn niềm*
Đáp đền chữ hiếu đêm từng đêm...
Dâng cha chén thuốc khi trời trở
Mời mẹ tách trà lúc nguyệt nghiêng
Đưa mẹ đến thăm miền đất Phật
Chở cha đi dự khoá tu Thiền
Cầu cha mẹ sống lâu trăm tuổi
Tự tại an vui con thoả nguyền

Aug 6, 2019

*Ca dao:
Ở nuôi cha mẹ trọn niềm
Bao giờ trăng khuyết lưỡi liềm sẽ hay.

TAY LẤM CHÂN BÙN CHA CỦA CON

Tân khổ ngay từ thuở ấu thơ
Chân bùn tay lấm đến bao giờ?
Áo tơi nón lá đi bừa ruộng
Bấc thổi phùn bay đứng chém bờ
Dậy sớm thức khuya cha hốc hác
Cày sâu cuốc bẫm bố bơ phờ
Tháng mười đơm cá trên sông Đục*
Phụ tử tình thâm chẳng bến bờ

1990

*Sông Đục: thuộc huyện Ninh Hoà, tỉnh Khánh Hòa.

70. DỆT VẢI TRỒNG BÔNG MẸ CỦA CON

Mẹ thuở mười lăm chưa lấy chồng
Đã thành thạo dệt vải trồng bông
Đổ mồ hôi lá ra xanh rẫy
Sôi nước mắt bông nở trắng đồng
Hoạ tiết hoa văn nhìn đẹp mắt
Sắc màu thổ cẩm thấy xao lòng!
Suốt đời chôn chặt bên khung cửi
Lời mẹ ru buồn vọng núi sông…

2019

NHÌN CHIM NHỚ MẸ CỦA TA XƯA

Ngọn gió nồm phe phẩy lá dừa
Hai con chim chích hót vườn thưa
Tha từng cọng rác về làm tổ
Bắt mỗi con sâu bất kể mưa
Chim mẹ mớm mồi bao tận tuỵ
Chim non há mỏ bấy say sưa
Nhìn chim nhớ mẹ xưa, cơm búng*
Nhai mớm, ru con chiều sáng trưa…

2019

*Ca dao:
Ngồi buồn nhớ mẹ ta xưa
Miệng nhai cơm búng lưỡi lừa cá xương.

BỨC TRANH ĐỒNG ÁNG LÚC TINH SƯƠNG

Khi chuông chùa điểm boong boong boong...
Gà cũng gáy vang dậy xóm hòn
Bến nước tiếng cô thôn nữ gọi
Bờ tre ngọn gió nam non lòn*
Lùa trâu mẹ lội qua đồng cạn
Gánh mạ cha băng xuống lối mòn
Cày cấy mong đồng xanh lúa tốt
Mong sao con trẻ được vuông tròn

Aug 20, 2019

*Gió nam non: mới xuất hiện còn yếu.

ĐẠO HIẾU CHƯA TRÒN

1
Đạo hiếu chưa tròn trên cõi đời
Gát tay thầm trách cái thằng tôi
Lỡ thầy lỡ thợ thành vô dụng
Không cửa không nhà sống nổi trôi
Thời trẻ đem thân vào đất chết
Tuổi xuân cởi áo làm ma trơi
Mòn con mắt ngóng trông quê cũ…
Chờ đợi héo hon một kiếp người

2
Chờ đợi héo hon một kiếp người
Nửa đêm Bắc Đẩu đổi ngôi rồi!
Lời chim kêu thảm tim tan vỡ
Tiếng vượn hú buồn lệ rớt rơi…
Chị xuất giá trà không kẻ rót
Em còn thơ thuốc chẳng ai mời?
Bao năm ăn học trôi dòng nước
Đạo hiếu chưa tròn trên cõi đời

Ngày 11/7/2019

MẸ ĐÃ XA VỜI VỢI

Ẵm bồng bú mớm thuở nằm nôi (1)
Lòng mẹ thương con ngập biển khơi
Từ lúc con còn trong bụng mẹ
Đến khi con cất tiếng chào đời
Từ ngày cắp sách đi trường mẫu (2)
Đến lúc lập thân ở xứ người
Nhìn biển Thái bao la bát ngát
Biết tình, Mẹ đã xa vời vợi…

Ngày 11/7/2019

(1) Ca dao:
Nâng niu bú mớm đêm ngày
Công cha nghĩa mẹ coi tày biển non.
(2) *Trường mẫu giáo*

BIẾT ĐƯỢC ƠN CHA MẸ

Công đức sinh thành tựa biển khơi
Cù lao chín chữ nhớ đời đời*
Mênh mông biển bắc không so sánh
Lồng lộng trời nam chẳng đổi dời
Đi khắp nhân gian tìm trắng mắt
Qua muôn phố thị kiếm tàn hơi
Đến khi biết được ơn Cha Mẹ
Thì đã muộn màng lệ rớt rơi…

July 7, 2019

*Hán-Việt Tân Từ-Điển ghi: sinh (cha sanh), cúc (mẹ đẻ), phủ (vỗ về), dục (nuôi cho khôn), cố (trông, nom), phục (quấn quít), phủ (nâng niu), súc (nuôi cho lớn), phúc (bồng bế).

CHA MẸ VẪN LÀ BỤT CỦA CON

Tựa cửa chờ con hết tuổi son
Suốt đời chịu đắng cay bồ hòn
Thương con phải gió dầm sương dãi
Vì trẻ thành chân cứng đá mòn
Ơn nghĩa sinh thành mây đại hải
Công lao dưỡng dục nguyệt ngàn non
Giữa đời dâu bể thân lưu lạc
Cha mẹ vẫn là Bụt của con*

13/7/2019

*Cha già là Phật Thích Ca
Mẹ già như thể Phật Bà Quan Âm (Ca dao)

MUỐN ĐỀN ĐÁP KHÔNG CÒN KỊP NỮA

"Mẹ nuôi con biển hồ lai láng
Con nuôi mẹ tính tháng tính ngày" (1)
Mênh mông biển Thái khó đong đầy
Tình của mẹ màu chiều bảng lảng

Tình thiêng liêng không hề tính toán
Thế nhưng con trẻ lại lo toan
Nhà của mẹ là nhà của con (2)
Nhà của con không là của mẹ

Gió mùa thu lá bàng rơi khẽ
"Năm canh chầy thức đủ năm canh" (3)
Bao năm dài cạn hết tuổi xanh
Suốt kiếp chưa một lần sung sướng

Hôm nay trẻ bùi ngùi thương tưởng
Biết công ơn thì đã muộn rồi
Trước bàn thờ nước mắt con rơi…
Muốn đền đáp không còn kịp nữa

Aug 17, 2019

(1) (3) Ca dao
(2) Danh ngôn:
"Nhà cha mẹ là nhà con; nhà con không phải là nhà cha mẹ" -Chu Dung Cơ -"Hiểu đời"

MẸ GIÀ

Mẹ già như áng mây ngàn trôi (1)
Gió thổi mẹ rơi hồn về Trời
Hạc nội đau buồn đăng cáo phó
Trên bờ nhật nguyệt khướu ru hời…

Mẹ già như chuối chín trên cây (2)
Gió lay mẹ rụng hồn về Tây
Con chim gõ mõ làm truy điệu
Trên bờ lau lách vạc bay đầy

Mẹ già như giọt sương trên lá
Nắng lên mẹ rớt hồn phiêu diêu
Bạc má, vàng anh đi phúng điếu
Trên bờ sông lạnh vịt kêu chiều

July 29, 2019

(1, 2) *Ca dao:*
Mẹ già như chuối chín cây
Gió đưa mẹ rụng con rày mồ côi
Mẹ già như áng mây trôi
Như sương trên cỏ, như lời hát ru.

HÃY THƯƠNG LÚC MẸ CÒN

Mẹ như xôi nếp một (1)
Cô độc bên lề đời
Mắt mờ vì trông đợi
Mái nghèo thêm tả tơi

Từ ngày con xa mẹ
Cánh chim bay mịt mù
Bao năm dài mẹ ngóng
Cứ hết hạ rồi thu...

Bốn mươi năm còn gì!
Lệ nhạt nhòa đôi mi
Con đừng để quá trễ
Hãy trở về ngay đi!

Cầm lấy bàn tay mẹ
Ôm bờ vai héo mòn
Cõi còm vì sương gió
Suốt một đời thương con

Con ơi có thương mẹ
Hãy thương lúc mẹ còn
Đừng mâm cao cỗ lớn (2)
Khi mẹ khuất đầu non

Aug 15, 2019

Ca dao:
(1) Mẹ già như chuối ba hương
Như xôi nếp một, như đường mía lau.
(2) Sống thì chẳng cho ăn nào
Chết thì cúng giỗ mâm cao cỗ đầy.

80. MẸ NHƯ CÂY SẦU ĐÂU

Mẹ như cây sầu đâu
Đứng trơ cành trụi lá
Chờ từ xuân đến hạ
Con đi đâu về đâu…?

Con như chim xa rừng*
Mịt mờ nơi hải giác
Trập trùng muôn sóng bạc
Biền biệt chẳng tăm hơi

Suốt một thời dâu biển
Hồn mẹ lạc nơi nào?
Mỗi lần nhòa nước mắt
Sóng bạc đầu dâng cao

Con ơi nếu còn sống
Hãy mau mau về nhà
Không cần nhìn mắt mẹ
Cũng thấy dòng lệ sa

Gia tài để lại con
Chẳng có gì quý giá
Ngoài trái tim cao cả
Và tình mẹ sắt son

Aug 14, 2019

*Ca dao:
Chim xa rừng còn thương cây nhớ cội
Người xa người tội lắm người ơi

CON ƠI NẾU CÓ CÒN THƯƠNG MẸ

Con ơi nếu có còn thương mẹ!
Thì hãy mau mau quay trở về
Cầm lấy hai bàn tay của mẹ
Nhìn trong mắt mẹ một trời quê

Con ơi nếu có còn thương mẹ!
Hãy đến với người môi tái run
Khố rách áo ôm đâu khác mẹ
Quanh năm chân lấm với tay bùn

Con ơi nếu có còn thương mẹ!
Hãy đến với người không cửa nhà
Xó chợ đầu đường đâu khác mẹ
Đêm về trên những bãi tha ma

Aug 8, 2019

MỘT MÌNH MỘT BÓNG TRANH KHÔNG LỜI

Âm thầm lặng lẽ trong cơ hàn
Từng đêm mẹ đếm bước thời gian
Chờ chồng chồng chết trong tù ngục
Chờ con con biệt tín vô âm

Từng đêm mẹ ngước mặt nhìn trời
Chỉ đợi chờ thôi cũng hết đời
Cuộc chiến bi thương đã kết thúc
Nhưng bầy con mẹ vẫn mù khơi

Mười đứa con đi không trở lại
Một mình, một bóng, tranh không lời
Mái tranh vách đất yêu thương mẹ
Vẫn đứng che mưa đến cuối đời

July 30, 2019

MỘT TẤM LÒNG NHÂN ÁI
(Thương tiếc nhà văn Ái Khanh)

Nhà văn Ái Khanh cuộc đời ngắn ngủi*
Sớm ra đi bỏ lại bao người
Phút sinh ly đau đớn ngậm ngùi
Trời đất âm u lệ sầu tê tái

Những ngày mất tên, Sài Gòn dầu dãi
Con cái xa cha, thiếu phụ lìa chồng
Chị đã liều mình vượt cả Biển Đông
Dắt con tìm chồng qua muôn dặm thẳm

Hăm chín năm nơi xứ người lận đận
Gian khổ nhọc nhằn đè nặng đôi vai
Nuôi con lớn khôn ăn học thành tài
Chưa đền đáp, Mẹ thành người thiên cổ

Quen Chị trong những ngày đầu khốn khổ
Tôi làm thơ, Chị đăng báo Rạng Đông
Tôi in thơ, Chị ra mắt Cộng Đồng
Thương Chị, đồng hương đến dự đông đủ

Tôi khách lạ trên con đường mưa lũ
Chị chiếc cầu treo tình nghĩa đậm đà
Mười bảy cây bút gắn bó thiết tha
Hội viên lưu vong sống đời lưu lạc

Căn nhà VAALA quanh năm ấm áp
Những tiếng thơ đang dìu dặt chan hoà
Thì chim đầu đàn lại vội bay xa
Về tận cuối trời vĩnh hằng miên viễn

Kìa trên cây sồi, hoàng oanh, bạch yến
Bay về truy điệu bằng khúc ly tan
Và ở dưới kia lệ chảy thành hàng
Hoa thiên lý tiếc thương người phận bạc

Ba tác phẩm nằm im trên kệ sách
Mấy tấm chân dung treo trên bức tường
Trông Chị trẻ trung thuỳ mị hiền lương
Như muốn nói điều gì chưa kịp nói

Xin vĩnh biệt tấm gương sáng chói
Một tấm lòng chung thuỷ sắt son
Hồn đã về cõi Phật trường tồn
Còn để lại tấm lòng nhân ái

Orlando, 16/10/2008

*VAALA tức Hội Văn học Nghệ thuật Việt Mỹ
*Nhà văn Ái Khanh mất ngày 15/10/2008
*Ba tập truyện ngắn: Một thời để nhớ, Hình như là tình yêu, Truyện ngắn Ái Khanh
*Những tờ báo: Rạng Đông, Phụ Nữ Diễn Đàn, Nguồn…

SUỐT ĐỜI GẮN BÓ VỚI CỘNG ĐỒNG
(Thương tiếc nhà báo Đỗ Xuân Hùng)

Nhà báo đã vội vã đi xa
Để lại neo đơn cho Mẹ già
Để niềm nuối tiếc cho con cái
Để buồn cho quyến thuộc gần xa

Anh và tôi có bốn chữ CÙNG
Cùng tuổi, cùng quân trường Đồng Đế
Cùng yêu thích văn chương văn nghệ
Cùng định cư nơi Orlando

Mùa Hè ấm áp có chi mô
Nhãn chín vàng sen nở trắng hồ
Nhưng anh lại âm thầm từ bỏ
Lặng lẽ ra đi thật bất ngờ!

Ra đi không nói một lời gì
Tôi ngồi đọc lại những vần thi
Ngày nào chị Ái Khanh từ biệt
Lòng cũng đau buồn như thế ni

Đời anh gắn bó với Cộng đồng
Suốt bốn mùa Xuân Hạ Thu Đông
Tay cầm máy ảnh bấm lia lịa…
Sách báo layout giúp hết lòng

Đời anh là những vần thơ đẹp
Mang tình thân ái đến bao người
Giúp Cộng đồng, Hội đoàn người Việt
Những đêm họp mặt thêm vui tươi

Từ nay trong hội hè Lễ Tết
Không còn bóng dáng anh phó nhòm
Hay trong các đặc san, tuyển tập…
Cũng vắng người layout trông nom

Trước giờ phút sinh ly tử biệt
Tôi xin cầu nguyện hương linh anh
Bên cầu Ô Thước mờ sương khói
Tái ngộ cùng nhà văn Ái Khanh

29/6/2016

*Anh Hùng mất năm 2016, phu nhân anh là chị Ái Khanh.

KIẾP LƯU VONG
(Thương tiếc Cụ Đỗ Xuân Tài
Thân phụ nhà báo Đỗ Xuân Hùng)

Chung cuộc đời là con số hai
Hai quê, hai cảnh với hai trời
Hai thời ly loạn sầu quê mẹ
Một kiếp lưu vong gởi xứ người
Nôn nả trông chờ ngày tái hợp
Bồi hồi xa xót lệ chia phôi
Chiều xuân hạc nội bay về núi
Để lại tình sông nỗi ngậm ngùi

Để lại tình sông nỗi tiếc thương
ĐỖ quyên khắc khoải, sắc XUÂN buồn
TÀI danh một thuở phong vân lạnh
Công nghiệp nửa đời sương khói vương
Đất khách chiều nay sầu vạn dặm
Tình thâm phụ tử cách đôi đường
Lời kinh vô tự trăng soi sáng
Ngào ngạt hương thơm cõi phước tường!

Orlando, ngày 9/4/2006

LỮ KHÁCH DỪNG CHÂN
(Thương tiếc Cố Thi sĩ Mai Xuân Khánh)*

Sương giá chiều nay nghe lạnh lạnh
Màu lá MAI xanh bỗng úa vàng
Chuông KHÁNH đìu hiu bầy sẻ ngủ
Hồn thơ thao thức nhớ mênh mang

Chiều đông đất khách sầu như hoa
Anh đã đi rồi thăm thẳm xa…
Tôi bước nghiêng nghiêng hồn cánh lá
Theo anh bay giữa chốn yên hà

Giữa cuộc phù vân tôi gặp anh
Lời thơ ý nhạc rất chân thành
Nhiệt tình ngay thẳng và trong sáng
Như trúc mùa XUÂN xanh rất xanh

Nhớ những con đường xưa, Houston
Một thời chí lớn sa mạc hồng
Chiếc xe lữ thứ quên ngày tháng
Còng lưng từ nắng hạ mưa đông

Lữ khách chân đi hồn gió sương
Không nhà không thân thích trên đường
Xa cách người yêu nghìn dặm thẳm
Mờ mờ thiên lý bóng tha hương…

Trong cuộc hành trình có nhạc, thơ
Có cả "Hoa khô trên đất khô"**
Đã kết vào nhau thành ngọn gió
Nghìn năm còn thổi mãi, sông hồ

Non nước, tình yêu và tháng ngày
Đầy hồn sạn đạo khói sương dày
Lữ khách quay về bên mái ấm
Hồng về biển Bắc, hạc về Tây…

Lữ khách dừng chân… cảnh tiêu điều
Chí lớn không thành nến hắt hiu…
Mẹ già thương tiếc đôi dòng lệ
Vợ con ngồi khóc giữa cô liêu

Orlando, 30/12/2005

*Anh Khánh mất ngày 28/12/2005
**"Hoa Khô Trên Đất Khô" tên một bài thơ trong thi tập *Tình Em Và Quê Hương* xuất bản năm 2001 của Mai Xuân Khánh.

ĐỀN ĐÁP ƠN SINH THÀNH
(Viết về Sư Minh Tuệ)

Tình thương con không bến không bờ
Từ ngày Thầy xuất gia cầu đạo
Đã bao lần rừng thu thay áo
Cha mẹ còn dài cổ trông chờ

Sáu năm dài tại vườn sầu riêng
Là sáu mùa đơm bông kết trái
Cha mẹ hằng mong Thầy trở lại
Nguyện cầu Thầy chân cứng đá mềm

Sáu năm dài trên đường thiên lý
Đầu trần chân đất mãi bộ hành
Thầy mơ ước một ngày đắc đạo
Trở về đền đáp ơn sinh thành

Nov., 23, 2024

THẦY MINH TUỆ
MONG THÀNH CHÁNH QUẢ

Bất ngờ Trời nổi cơn mưa giông
Thầy bị sét đánh nằm thiêm thiếp
Khi tỉnh dậy thấy đời vô thường
Nên quyết tâm tìm phương học đạo

Thầy nói "Con mong thành chánh quả
Để con báo hiếu cho Mẹ Cha"
Sáu năm tu khổ hạnh Đầu Đà
Dù mưa nắng chưa hề dừng bước

Sáng hôm nay bỗng nhiên mất hút
Lòng rưng rưng nhớ bóng hình Thầy
Nhớ áo phai màu, nhớ dáng hao gầy
Nhớ gót chân trần trên đường thiên lý

Thầm lặng cô đơn hiền hòa giản dị
Năm ngày trôi qua chẳng thấy bóng Thầy
Nhớ Thầy mà chẳng biết làm gì?
Đành viết bài thơ gởi theo mây gió

June 6/ 2024

TRÊN DÒNG NƯỚC NGƯỢC
(Kính tặng Bác Sĩ Lê Ánh)

Như con cá hồi trên dòng nước ngược
Anh ra đi từ Hòn Khói cheo leo
Đường hoang vu đã vượt núi trèo đèo
Đầy cát sỏi, có nhiều beo, lắm cọp

Nơi mà núi đồi ăn ra tận gộp
Người dân đã phải bán lưng cho trời
Tuổi hoa niên anh nhễ nhại mồ hôi
Cày trên rẫy, gánh muối trên đồng mặn

Anh ra đi từ tuổi thơ cay đắng
Đã tám năm dài làm thợ rửa hình
Cần mẫn siêng năng yên trí đời mình
Chôn chặt nơi miền "thùy dương cát trắng"

Nhưng không thể, phải vâng lời Cha dặn
Anh đi thi Tiểu học đậu Thủ khoa
Đời thư sinh cánh cửa đã mở ra
Trong một hoàn cảnh cánh sinh tự lực

Đồng tiền dạy kèm bao năm đèn sách
Đã giúp anh có chốn ở nơi ăn
Từ phố biển Nha Trang đến Sài Thành
Ban ngày đến trường ban đêm kèm trẻ

Khổ nhọc đè trên đôi vai cậu bé
Mười lăm năm mặn đắng giọt mồ hôi
Tháng Hè về quê không phải nghỉ ngơi
Mà giúp mẹ cha trong việc cày cấy

Bao năm đèn sách: Học sinh ưu tú
Sinh viên được cấp học bổng toàn phần
Tốt nghiệp ra trường sau Tết Mậu Thân
Vị tân Bác sĩ Quân Y tài giỏi

Là người con của Phú Thọ, Hòn Khói
Biết nghe lời Cha học tập nên người
Giàu lòng vị tha cứu người giúp đời
Cũng là nhà văn nổi tiếng hải ngoại

Orlando, ngày 1/6/2014

90. CHA LUÔN Ở BÊN TÔI*
(Thân tặng nhà văn Phương Hiền)

"Trong những chuyến đi" của cuộc đời
Hình ảnh Cha luôn ở bên tôi
Từ thuở còn thơ ngây bé bỏng
Lòng đã ghi sâu khắc đậm rồi!

"Nụ cười ấm áp" nở trên môi
"Bàn tay mạnh mẽ đỡ nâng" tôi
Bao năm chăm sóc với lo lắng
Niềm tin và lý tưởng cao vời

Những khi yếu đuối lệ sầu rơi...
Tình cha ấm áp ủi an tôi
Sẵn sàng vực tôi hãy đứng dậy!
"Vượt qua mọi sóng gió cuộc đời"

Thế rồi khi danh toại công thành
Biết được non cao, biết biển xanh
Thì Cha đã thành người thiên cổ
Giọt lệ sầu thương đã nhỏ quanh...

10/2017

- Câu từ trong ngoặc kép: trích trong tập hồi ký "Cha Mãi Bên Đời" của tác giả Phương Hiền.
*Cảm tác sau khi đọc tập hồi ký "Cha Mãi Bên Đời" ra mắt tại Cali, USA, ngày 05/11/2017.

ĐỌC CHA MÃI BÊN ĐỜI

"Cha Mãi Bên Đời" của Phương Hiền
Đọc xong, niềm xúc động vô biên
Cảm kích trước tấm lòng hiếu thảo
Với ân sư, phụ mẫu, gia tiên

Chứng nhân thời tự do nhân bản
Chữ Tâm chữ Đức đứng hàng đầu
Một cô gái hiền lành hiếu học
Và người cha mẫu mực trước sau

Bố cục tình tiết rất rõ ràng
Tình cảm thanh cao lại nhẹ nhàng
Lời văn ngắn gọn nhưng hàm xúc
Những tấm hình xưa đẹp ngỡ ngàng!

Đọc xong, xin được viết đôi câu
Đơn sơ mộc mạc giữa đêm thâu
Tâm đắc với văn phong trong sáng
Từ tốn, chân thành, ấy ngọc châu

10/2017

MONG SAO CHA MÃI BÊN ĐỜI CON

MONG sao "Cha mãi bên đời" con*
BUỔI ấy cha đi nhà héo hon
RA đến Hà Nam rừng một dải
MẮT nhìn Bắc Kạn núi đôi hòn
HỒI đầu vật đổi trăng mờ khuất
KÝ sự đêm khuya bấc thổi lòn
THÀNH bại luận anh hùng bất khả
CÔNG thành, từ phụ đã không còn!

10/2017

*"Cha mãi bên đời": tập hồi ký của Phương Hiền.

DI TẢN

Ảnh NET: Ngày 13/4/1975

NGẬM NGÙI THÁNG NĂM
(Tưởng niệm Cô Trắc, nữ sinh Trần Bình Trọng)

Về đây nắng úa dọi chiều
Đời xuân ai đã tiêu điều dưới kia?
Mặt ai nước mắt dầm dề?
Hình ai bết máu đi về cô thôn
Vở ai bay giữa chiều buồn?
Cánh đồng thinh lặng lối mòn tịch liêu

Về đây lạnh lẽo đền đài
Đứng trên đồi ngó quê ai khói mờ
Một cành so đũa đong đưa
Một chiều gió thổi lá dừa vi vu

Người đi từ cuối mùa thu
Tôi về vườn cũ mù u héo tàn
Đêm dài chém đứt tâm can
Giọng cười dã thú xé toang phận người

Về đây Mẹ đã điên rồi
Tìm em trên những ngậm ngùi tháng năm
Nấm mồ trơ nỗi buồn câm
Con chim trên ngọn sầu đông chưa về

Về đây hồn lạc phách mê
Mưa chiều nắng sớm lê thê cõi người
Nửa đêm lệ chảy xuống đời
Tuổi xuân ai cướp? Một trời tang thương!*

1968

*Cô Trắc di tản xuống thị trấn Ninh Hoà. Khi chiến cuộc lắng dịu, Cô theo đoàn người trở về nhà lấy thêm đồ đạc đem đi lúc băng qua đồng ruộng thì bị lính Đại Hàn hiếp và giết chết. Xảy ra trước 1975 tại Phú Hoà, Ninh Hoà.

CHEO REO BUỒN ĐỨT RUỘT ĐỨNG CHEO LEO
(Tưởng niệm Chị Năm PL và 2 cháu nhỏ)

Tỉnh lộ 7, con đường máu lệ
Băng qua núi đồi hoang phế từ lâu
Có nhiều đèo cao, cầu cống, hố sâu
Dòng sông Ba chắn ngang cuồn cuộn chảy…

Chồng lính chiến phải ở lại tử thủ
Ba mẹ con vội vã rời Pleiku
Phút chia tay buồn tận thiên thu
Đoàn di tản đến Cheo Reo nắng tắt

Đau đớn bởi cầu phao chưa kịp bắt (1)
Bi thương vì hàng vạn người ùn tắc
Tất cả rơi vào địa ngục tử thần
Pháo dập trên đầu đạn nổ dưới chân

Máu đổ thịt rơi bàng hoàng khủng khiếp
Tiếng gào thét nghe hãi hùng thê thiết
Mất Cheo Reo, mất Phú Túc, mất Củng Sơn
Đất thảm, trời sầu, quỷ khóc, ma hờn…

Giữa núi đồi, bên vách đá đèo heo
Nghe hắt hiu vạn linh hồn oan khuất
Theo ngọn gió về lạnh buốt lưng đèo
Cheo Reo buồn đứt ruột đứng cheo leo

Bốn thập kỷ khói sương mờ dấu
Mà trái tim vẫn còn rỉ máu
Ba mẹ con biệt tích không về
Cheo Reo buồn mưa gió lê thê...

Mỗi tháng Ba đến ngày mười tám (2)
Anh thắp nhang mời hồn về chứng giám
Hỏi vì đâu nên nỗi đoạn tràng?
Tay bồng tay dắt nằm chết bên đàng!

        Ngày 18/3/2015

(1).LĐ 20 Công Binh chưa làm xong cầu phao sông Ea Pa, đoàn công voa kẹt cứng, chiều 18/3/1975, SĐ 320 BV pháo kích tấn công... Từ cầu La Hao qua thị xã Cheo Reo, cầu Sông Bờ, cầu Cây Sung, đến chân đèo Tô Na dài 18 km là bãi chiến trường đầy máu, nước mắt và xác chết.
 - Theo tài liệu The World Almanac Of The Vietnam War, trong số 400 ngàn chỉ có 100 ngàn người tới được Tuy Hòa.
 - Trong số 60.000 quân di tản, chỉ có 20.000 về đến đích, trong số 7.000 lính Biệt Động Quân chỉ có 700 về đến đích. (Bách khoa toàn thư mở Wikipedia)
 (2) Ngày 18/3/1975

NIỀM ĐAU THÁNG TƯ

(Ảnh NET: Ngày 26/3/1975 tại Vạn Ninh, Ninh Hòa)

Chồng chất những niềm đau tháng Tư
Vẫn còn nguyên vẹn trong tim người
Hằng hà sa số dân di tản
Lớp lớp hàng hàng cảnh nổi trôi
Cha lạc con kêu gào thảm thiết
Vợ tìm chồng thất thểu bồi hồi
Sài Gòn chết lịm sầu thiên cổ
Cửa nát nhà tan hận ngút trời

15/3/2019

NGÀY THÁNG DI TẢN BUỒN

1
Tỉnh lộ 7, con đường địa ngục
Trang sử bi thương đã diễn ra
Dòng xe tắc nghẽn trước đạn pháo
Vợ lạc chồng, con cái lạc cha

2
Gồng gánh con thơ từ tuyến đầu
Gánh về đâu trên những lối sầu?
Gánh qua Thiên Mụ, Huế, Đà Nẵng
Mẹ còn gánh mãi đến ngàn sau?

3
Ngày 16, Phan Rang thất thủ
Chiến tranh lan đến xóm nghèo xơ
Người mẹ bồng con thơ di tản
Nghĩa quân còn chống giữ từng giờ

4
Pháo nổ, đạn rơi rền trước mặt
Nhà tan, cửa nát cháy sau lưng
Bé vẫn bước đi bên cạnh mẹ
Tuổi thơ ngây sớm trải gian truân

5
Ngày 28, Sài Gòn hấp hối
Mẹ và 5 con thơ trên đường
Pháo nổ ầm ầm... nhà cửa nát
Về đâu trong cốt nhục đau thương?

6
Ngày 29, cõi lòng tê điếng
Vợ lạc chồng, con trẻ lạc cha
Chiếc trực thăng Thuỷ quân Lục chiến
Đưa mẹ con em rời quê nhà

7
Ngồi trên boong tàu, em xót xa
Vận nước hãi hùng, tâm hoảng loạn
Ôm ba con trẻ, hồn xiêu tán
Trời như sụp đổ, lệ chan hoà

8
Trưa 30, biển trời u ám
Hàng không Mẫu hạm cũng buồn tanh
Ôm ba con trẻ, em nhòa lệ
Yêu quê mà phải xa đoạn đành!

2024

(Trích thi tập Gánh Gạo Nuôi Chồng, thơ Vinh Hồ, 2024)

NHỮNG NGƯỜI DI TẢN BUỒN

1
Dòng người di tản dài vô tận
Lên đèo, xuống dốc, nắng chang chang
Trên Quốc lộ, mồ hôi nhễ nhại
Mẹ gánh con đi về phương Nam

2
Các tàu lớn đậu ngoài khơi xa
Trên chiếc thuyền con từ bờ ra
Chở người mẹ, tay bồng con trẻ
Trước mặt là muôn trùng phong ba

3
Người lính gặp con tại Trảng Bom
Tình cha-con xúc động càn khôn
Cha gánh con đi trong lửa đạn
Trên đường di tản về Sài Gòn

2024

(Trích Gánh Gạo Nuôi Chồng, thơ Vinh Hồ, 2024)

MẸ DẪN 3 CON THƠ DI TẢN
(Theo lời kể của một cô gái cùng Mẹ và 2 em di tản)

Ảnh NET.

Con vẫn nhớ những ngày đầu tháng Tư
Chiếc thuyền mong manh vượt ngàn sóng gió
Bóng mẹ gầy ngồi ôm ba con nhỏ
Bỏ lại Cố Đô liều chết ra khơi

Mẹ sang thuyền lớn xuôi về Cam Ranh
Đời di tản lênh đênh trên sóng nước
Chiếc thuyền nhỏ neo hướng về Phú Quốc
Bỏ lại Miền Trung rợp bóng dừa xanh

Con vẫn nhớ những ngày đầu tháng Năm
Mẫu hạm Midway người đông như kiến
Biển chiều mênh mông trời xanh mây tím
Nhưng trong mắt mẹ long lanh giọt buồn

Sau những ngày dài lênh đênh ảm đạm
Tàu ghé Subic, tàu ghé đảo Guam
Mẹ đến Mỹ trong một trại tị nạn
Vẫn còn lo âu trên mặt trái xoan

Con vẫn nhớ những ngày đến Hoa Kỳ
Mẹ làm hai job nuôi ba con trẻ
Cha lính trận không còn về với mẹ
Đã bỏ mình trên Thạch Hãn ai bi

Để đáp đền tình mẫu tử thiêng liêng
Ba đứa trẻ học hành đỗ đạt
Những ngày tốt nghiệp chứa chan dào dạt
Niềm vui con trẻ dâng lên mẹ hiền

Nov., 2, 2024

THUYỀN NHÂN

(Ảnh NET)

ĐÓNG THUYỀN VƯỢT BIÊN TẠI DỐC ĐÁ TRẮNG
(Thương tiếc Anh Ba Đoàn Thảo)

Một sáng mùa Xuân nắng đẹp trời quang
Giã từ Chị Ba, Anh đi nhẹ nhàng
Chín mươi mốt tuổi: hàng Thượng Thượng Thọ
Anh về Thiên Quốc đời đời thái an…

Tháng Chạp gặp Anh tháng Giêng xa rồi
Nghe tin Anh đi lòng em bồi hồi
Nhớ hình bóng Anh phương phi khỏe mạnh
Vẫn còn đâu đây giọng nói tiếng cười…

Suốt đời trai đã dọc ngang ngang dọc
Lưu dấu chân trên các vùng chiến thuật
Cao nguyên đất đỏ Anh đã đi về
Vận nước điêu linh đành phải xa quê

Đóng thuyền vượt biên tại Dốc Đá Trắng
Đưa người vợ hiền cùng chín con thơ
Là một thuyền nhân vô cùng quả cảm
Vượt mọi phong ba đến bờ Tự do

Cực khổ nuôi con ăn học thành đạt
Gia đình hạnh phúc con cháu đông vui
Đầy lòng thương yêu giúp đỡ bao người
Công đức của Anh còn đó sáng ngời

Nay Anh đi rồi em ngồi tiếc thương
Một người Hòn Khói hiền hoà nhân hậu
Một người Bình Tây can đảm phi thường
Và một người Cha còn đó tấm gương

Vinh Hồ
Orlando, Feb, 19, 2024

100. CHA MỘT ĐỜI TRÔI NỔI
(Viết về một người Cha trải qua 3 giai đoạn lịch sử)

Thời khói lửa, bước vào quân ngũ
Áo sờn vai gìn giữ quê hương
Cảnh điêu tàn sông máu núi xương
Hai chục năm vào sinh ra tử

Thời dâu bể, đi tù cải tạo
Mười năm khổ ải tận rừng sâu
Chị thân cò nắng dãi mưa dầu
Tần tảo nuôi đàn con bé bỏng

Thời lưu vong, lái một chiếc thuyền
Chở gia đình vượt biên nguy hiểm
Thuyền gặp nạn lạc trôi trên biển
Nhờ ơn Trên đến bến bình yên

Nay chín người con đã thành tài
Về thăm cha đứng ở ngoài cửa
Nhưng đã trễ cha không còn nữa
Chỉ nghe tiếng mẹ khóc u hoài

Nov., 2, 2024

MẸ BỒNG CON THƠ VƯỢT BIỂN
(Viết thay cho một người Mẹ)

Chín tháng mười ngày mang nặng đẻ đau
Khi con chào đời oa oa tiếng khóc
Cũng là lúc mẹ vui mừng hạnh phúc
Món quà Trời cho quý nhất trên đời

Cưng chìu, yêu thương, nâng niu, bồng ẵm
Suốt năm canh dài vẫn ở bên con
Dù trăng lu, trăng khuyết, hay trăng tròn
Mẹ vẫn ầu ơ… ngồi ru con ngủ

Đời dâu bể con chưa thể hiểu
Yêu quê hương mà phải xa lìa
Bồng con thơ vượt biển giữa đêm khuya
Đến xứ lạ "cày bừa" nuôi con ăn học

Sau hai thập kỷ cố công đèn sách
Mừng vui khi con đỗ đạt thành tài
Công danh sự nghiệp chẳng kém thua ai
Nhưng con lại đoạn đành chối bỏ mẹ

Mẹ chới với bàng hoàng mắt nhỏ lệ
Ngồi một mình trong cô lẻ ai bi
Mỗi buổi chiều mây tím đến rồi đi
Mẹ lại khóc trái tim dường rỉ máu

Mar., 8, 2025

MẸ DẪN 3 CON THƠ VƯỢT BIỂN ĐÔNG

(Theo lời kể của một người mẹ dẫn 3 con thơ
vượt Biển Đông năm 1980)

Thời bể dâu sầu lên đỉnh trời
Sài Gòn sụp đổ người ly tán
Nhà tan cửa nát dân ta thán
Trẻ bụi đời lứ thứ lang thang

Nơi gầm cầu via hè là nhà
Một mẹ ba con thơ xót xa
Rời Củ Chi vùng kinh tế mới
Gió bụi mù trời nắng cháy da

Cha đi biền biệt tận rừng sâu
Trại Bù Gia Phúc quanh năm sầu
Tù không xét xử không bản án
Chỉ có đói khát và thương đau

Trong cảnh khốn cùng còn con đường
Liều chết đánh đổi cả số mạng
Làm nữ thuyền nhân vượt đại dương
Tìm cuộc sống bình yên tươi sáng

Năm tám mươi, một đêm tối trời
Tàu ba lốc chở hơn trăm người
Từ giã Nhà Bè chạy ra cửa
Cần Giờ yên ắng, biển mù khơi...

Tàu du kích rượt theo nổ súng
Rồi rút lui ai cũng thở phào
Hải phận quốc tế ngay trước mặt
Biển Đông lồng lộng sóng dâng trào

Xa xa thành phố ngập sương mù
Đến Singapore nhưng bị đuổi
Thuyền bẻ lái ra khơi sầu tủi
Rồi lạc trôi vào đảo Kuku

Xứ sở của dừa xanh bạt ngàn
Trên bờ cát trắng chim họp đàn
Nhưng lòng từ mẫu buồn đứt ruột
Nghe trong tiếng sóng vạn lời than

Lớp lớp thuyền nhân đến rồi đi
Bao người xấu số hồn oan khổ?
Trên đồi gió bạt bao ngôi mộ?
Dưới bãi sóng xô mấy xác thuyền?

Mỗi chiều tím thẳm nỗi sầu lo
Hành trình vượt biển còn cam go
Mẹ cầu Phật Thích Ca cứu độ
Cho thuyền nhân đến bờ Tự Do

Lời cầu của mẹ đã linh ứng
Hai tuần sau chuyến đến Galang
Bốn mẹ con ôm nhau mừng rỡ
Lòng vui nhưng lệ lại tuôn tràn

Bốn tháng sau phái đoàn phỏng vấn
Bốn mẹ con đến Mỹ định cư
Mười năm sau bố qua đoàn tụ
Cả nhà cảm tạ Phật nhân từ

Ba đứa trẻ học hành đỗ đạt
Ngày vui, hạnh phúc biết chừng nào!
Nhớ lại những ngày trên biển đảo
Ngậm ngùi nước mắt mẹ tuôn trào...

Orlando, 2024

- Từ năm 1979 đến giữa thập niên 1980, có lần lượt khoảng 40.000 thuyền nhân Việt Nam đã đặt chân lên đảo Kuku. Cả Nam Dương có 180.000 thuyền nhân.

CHUYẾN VƯỢT BIỂN ĐÔNG MAY MẮN (1)
Kính tặng Bác sĩ Lê Ánh cùng Bác sĩ phu nhân
và đại gia đình

1
Mất Pleiku chuyển về Quy Nhơn
Mất vùng Một bay về Sài Gòn
Mười bốn sư đoàn chính quy Bắc Việt
Năm mũi tấn công lòng mẹ héo hon

Sài Gòn sụp đổ mất luôn tên
Tương lai con cái cũng buồn tênh
Từng cánh hoa chò rơi trước ngõ...
Đường Tự Do, Công Lý không còn

Cô con gái lớn mộng lương y
Nối nghiệp mẹ cha cố gắng học
Nhưng rồi không thể vào đại học
Tiếng ve sầu nức nở, ai bi...

Hàng triệu người ra đi khỏi nước
Tự do hay là chết dần mòn
Cha chẳng còn con đường nào khác
Ngoài tương lai cuộc sống các con

5
Mỗi lần đi là một lần đứt ruột
Xa mẹ xa ngôi nhà yêu thương
Nhưng bốn lần đi đều thất bại
Lần thứ năm cha lại lên đường

Từ giã Sài Gòn chia tay mẹ
Ra Ninh Hoà trọ nhà người quen
Sau bốn ngày đạp xe xuống Hòn Khói
Làng Mỹ Lương, Ninh Thuỷ một đêm đen

Vào tháng năm, năm tám mươi bảy
Bốn mươi chín người nối đuôi nhau
Dưới ánh sao trời chân mạnh bước
Nhưng lòng đầy căng thẳng, lo âu

Dừng lại bên ngôi mộ to lớn
Có thành cao nằm giữa bãi tha ma
Nơi chôn giấu các can dầu vượt biển
Được thanh niên khuân vác đến gành xa

Gành Mỹ Á thuỷ triều xuống thấp
Bãi đá đen chồng chất ngổn ngang
Con chôm chôm nhỏ đầy gai nhọn
Biển lặng, trời êm, sóng xếp hàng...

10

Tại tảng đá cao nhất bãi Gành
Đèn pin bật sáng ra tín hiệu
Ngoài khơi thuyền chạy vào neo đợi
Đủ số người thuyền vội lướt nhanh...

Cha cầu Trời cho vạn sự lành
Đêm thao thức không sao ngủ được
Nghe gió thổi rì rào lạnh buốt
Giữa mênh mông nhạc sóng dỗ dành

Ngày kế tại hải phận quốc tế
Có vài tàu lớn chạy ngang qua
Thuyền nhân ra hiệu xin cứu hộ
Nhưng chỉ hoài công chỉ xót xa

Đêm xuống trong cô đơn lạnh lùng
Một màu đen thăm thẳm bao trùm
Tiếng thuyền lướt sóng buồn muôn thuở
Như phận người chìm nổi long đong

Dưới ánh sao khuya mờ hơi sương
Rì rào biển sóng giọng buồn thương
Như than, như khóc, như hờn oán…
Của uổng tử, oan hồn vấn vương

15
Ngày thứ ba biển dậy ba đào
Sóng bạc đầu từng đợt dâng cao
Các bà các cô đều say sóng
Ói nằm la liệt thuyền chênh chao...

Ngày thứ năm nước uống rò rỉ
Còn rất ít dành cho tài công
Nhớ khi lấy nước tại Hòn Đỏ (2)
Quên kiểm tra những túi ni lông

Cha cất nước biển bằng thùng nhôm
Phân phát cho mọi người uống đỡ
Đến ba giờ chiều thì thùng vỡ
Cơn khát làm khó thở buồn nôn

Giữa biển mênh mông không bến bờ
Nắng chiều gay gắt nóng se da
Trên thuyền, ai nấy đều lo sợ
Chắp tay cầu nguyện Phật Thích Ca

Giữa biển mịt mù đầy sóng gió
Thuyền như chiếc lá sẽ về đâu?
Trong cơn tuyệt vọng cha khẩn cầu
Bồ Tát Quán Thế Âm cứu nạn

20
Mặt trời đã lặn cuối trời xa
Bóng đêm trùm phủ biển bao la
Thuyền vẫn chạy... đêm vẫn buồn thảm
Không biết số lượng dầu đã cạn

Trong đêm chẳng còn hi vọng gì
Bỗng nhận ra điểm sáng diệu kỳ
Ai hay lời khẩn cầu ứng nghiệm?
Sự nhiệm mầu bất khả tư nghì

Hai chiếc ghe đánh cá của người Phi
Rất hẹp mà dài như ai sắp đặt?
Ra tay cứu giúp người đang lâm nguy
Lòng cha cảm kích biết nói lời gì?

Ngư phủ đồng ý giúp đưa về làng
Chỉ nhận bốn đồng hồ bốn chỉ vàng
Thuyền nhân vui mừng như đang nằm mộng
Sao trời lấp lánh sóng vỗ miên man

Tất cả thuyền nhân chuyển sang hai ghe
Chở về ngôi làng của bốn ngư phủ
Olongapo bên vịnh Subic
Trời vừa ngã bóng nắng cũng hanh vàng

25
Hai chiếc ghe neo đậu sát bãi
Ngồi trên thuyền đã sáu ngày đêm
Bước xuống đất chân đi lảo đảo
Rặng thuỳ dương ngả bóng êm đềm

Cát trắng, dừa xanh, sương khói mờ
Biển trời tươi đẹp hơn bao giờ
Bởi cuộc hành trình đầy gian khổ
Chiều nay đã đến bến Tự Do

Người Phi đứng đợi trên bờ cát
Ân cần tử tế với thuyền nhân
Những người Việt tị nạn chính trị
Vừa đặt chân lên Phi Luật Tân

Dân Phi cung cấp nước uống thức ăn
Còn cho quần áo, vật dụng cần thiết
Lòng cha nghẹn ngào xúc động mãnh liệt
Ngỏ lời cám ơn đến quý ân nhân

Sau bảy ngày, chia tay các ngư phủ
Từ giã hội trường ấm áp tình thân
Lên hai xe bus chạy đến Ma Ní
Làm thủ tục, bay về Palawan

30
Ở trại Palawan được sáu tháng
Lại lên máy bay về Manila
Qua ngày hôm sau có sáu xe bus
Chở đến Bataan trời đã xế tà

Trại Bataan bằng phẳng rộng rãi
Cha trồng một giàn bầu sai trái
Học nếp sống tự do văn minh
Chờ đợi ngày vui của đời mình

Nhờ có thân nhân ở Mỹ bảo lãnh
Phái đoàn cho định cư tại Hoa Kỳ
Sau nửa năm, đến phi trường Ma Ní
Lên Boeing ghé Nhật rồi sang Mỹ

Một năm may mắn diệu kỳ trôi qua
Như có bàn tay vô hình sắp đặt
Cả năm cha con mặt tươi như hoa
Nhưng trên đôi mắt dòng lệ nhạt nhòa

Thế rồi niềm vui cứ nhân lên mãi
Mẹ qua đoàn tụ, con cái thành tài (3)
Siêng sắn làm ăn ổn định cuộc sống
Xây dựng gia đình hạnh phúc tương lai

35
Giấc mơ của cha đã thành sự thật
Cha thắp nén hương lạy tạ Phật Trời
Xin cho các con bình an hạnh phúc
Nối nghiệp mẹ cha cứu người giúp đời

Orlando, ngày 10/1/2025

(1) Theo lời kể của Bác sĩ Lê Ánh về chuyến vượt Biển Đông ngày 20/5/1987 tại làng Mỹ Lương, Ninh Thuỷ, Hòn Khói, Ninh Hoà, Khánh Hoà.

(2) Chiều 20/5/1987, thuyền ghé đảo Hòn Đỏ lấy nước, trước khi đến điểm hẹn tại Gành Mỹ Á.

(3) Bốn người con đều tốt nghiệp Y khoa tại Hoa Kỳ. Cha mẹ đều là Bác sĩ tại VN, qua Mỹ học lại, lấy bằng và hành nghề cho đến khi về hưu.

CHUYẾN VƯỢT BIỂN ĐÔNG SUÝT CHẾT
(Theo lời kể của anh Đoàn Hà)*

(Ảnh NET)

Thời bể dâu buồn như tha ma
Miền thuỳ dương bỗng thành xa lạ
Gam màu đỏ lói giăng khắp phố
Và những băng rôn nắng chói loà

Cha lính trận gìn giữ biên cương
Giờ phải sống trốn chui trốn nhủi
Mẹ tần tảo bữa no bữa đói
Cảnh lầm than tuyệt lộ cùng đường

Mới năm tuổi không hiểu lời cha
Nhưng cảm thấy có gì trọng đại?
Bỏ nước ra đi hay ở lại?
Tự do hay chết? giọng cha buồn

Một đêm tháng 8 năm 79
Cả nhà sửa soạn để lên đường
Chiếc thuyền đánh cá nhỏ bằng gỗ
Chở 28 người rời quê hương

Từ giã Chụt, Hòn Chồng, Xóm Bóng
Miền "thuỳ dương cát trắng" yêu thương
Mới năm tuổi cũng buồn ly biệt
Bao giờ sẽ trở lại quê hương?

Ba ngày đầu biển lặng gió êm
Ai biết sẽ phong ba khủng khiếp?
Thuyền gặp nạn… buông xuôi… chờ chết
Bỗng phép mầu xuất hiện thần kỳ

Tất cả thuyền nhân đều được cứu
Đưa lên tàu Wabash về Phi
Sau một thời gian dài chờ đợi
Gia đình được định cư Hoa Kỳ

Song thân sớm ổn định cuộc sống
Các anh chị em đều thành tài
Bổn phận làm con mong báo đáp
Phụ mẫu và quê hương thứ hai

Ba mươi lăm năm dài đằng đẵng
Hữu duyên tương ngộ cùng ân nhân
Những thuỷ thủ của tàu Wabash
Từng cứu mạng 28 thuyền nhân

Tại thành phố biển San Diego
Con thay mặt mọi người cảm tạ
Thuỷ thủ đoàn hào hùng cao cả
Và Chúa Trời tình thương bao la

Mar, 2, 2025

*Anh Đoàn Hà đã cùng gia đình vượt Biển Đông năm 1979 bị nạn, được cứu đưa lên tàu chở dầu Wabash được anh kể lại đăng trong link sau:

https://intermati.com/forum/showthread.php?p=2545988#post2545988

MẸ DẪN 5 CON THƠ VƯỢT BIỂN ĐÔNG

(Theo lời kể của cháu gái cùng Mẹ và 4 em thơ
vượt biển Đông năm 1979)

Mất Phan Rang, mẹ về Sài Gòn
Mười bốn sư đoàn chính quy Bắc Việt
Pháo kích tấn công nồi da xáo thịt...
Mẹ ngồi ôm con lòng dạ héo hon

Sài Gòn sụp đổ mất tất cả
Trong mắt mẹ lo âu buồn bã
Đại lộ Nguyễn Hoàng cũng mất tên
Hoa dầu rơi trước ngõ buồn tênh...

Hàng triệu người bỏ nước đi đâu?
Bao thuyền nhân chìm xuống thuỷ mộ?
Bao uổng tử oan hồn xấu số?
Theo gió về nức nở canh sầu...

Bao mệnh phụ mất nhà mất cửa?
Bỏ vùng kinh tế mới về thành
Bao sĩ quan tù đày khổ ải?
Nắm xương tàn gởi lại rừng xanh

Cha đi biền biệt nơi đất Bắc…
Thanh Cẩm, Quảng Ninh núi lạnh buồn
Mẹ nói tự do hay là chết?
Đi thôi, chỉ còn một con đường

Mẹ dẫn năm con xuống Rạch Giá
Ẩn mình nơi xóm nhỏ Tà Niên
Vườn thơm cũng biết thương người khổ
Che giấu đợi chờ giờ lên thuyền

Ngày ba mươi, tháng tư, bảy chín
Suốt đời con chẳng thể nào quên
Bốn đứa em mặt mày ngơ ngác
Cũng biết nghe lời mẹ ráng lên

Thuyền chở ba trăm năm chục người
Giã từ Rạch Giá thuyền ra khơi
Sau mấy ngày rơi vào địa ngục
Hải tặc, cuồng phong, thuyền tả tơi…

Tủi nhục tiếp nối những tủi nhục
Bi thương chồng chất những bi thương
Mới có mười tuổi con không thể
Nói hết những đau thương đoạn trường…

Sau mười ngày dạt vào hoang đảo
Rừng dương bát ngát gió lao xao
Thức ăn… dân Mã chở đến bán
Thuyền nhân tự túc sống qua ngày

Một tháng rưỡi trôi qua chậm chạp
Chiều kia tàu đến chở đi mô?
Sau hăm bốn tiếng tàu cập bến
Oà vỡ niềm vui chẳng bến bờ

Trại tị nạn Cherating ơi!
Xanh lơ màu biển nước in trời
Trên bờ cát trắng dừa xanh biếc
Lán trại chiều lên thoáng bóng người

Mười tháng đợi chờ là hạnh phúc
Phái đoàn Mỹ phỏng vấn cho đi
Phi trường KUL tại thủ đô Mã
Là nơi cất cánh đến Hoa Kỳ

Ngày đi lòng hớn hở vui mừng
Trên xe ca chở đến phi trường
Con thầm cảm tạ ơn từ mẫu
Dẫn đàn con nhỏ vượt trùng dương

Giống mẹ luôn cần cù nhẫn nại
Đến Mỹ con mơ chuyện học hành
Thành tài sẽ phục vụ đất nước
Và đáp đền ơn nghĩa sinh thành

Mười một năm sau, bố đến Mỹ
Gia đình đoàn tụ vui nào hơn?
Con cầu chúc song thân mạnh khỏe
Bình an vui vẻ bên các con

Dec, 10, 2024

CHA DẪN CON TRAI VƯỢT BIỂN ĐÔNG*
Kính tặng nhạc sĩ LMST và phu nhân Hoàng Yến

Sài Gòn sụp đổ sầu nối sầu
Mẹ đem cha giấu ở trên lầu
Lo đủ những giấy tờ hợp lệ
Hai cha con từ giã lên tàu

Chiếc thuyền quá tải rời Rạch Giá (1)
Giữa biển khơi sóng gió tơi bời
Năm lần bị hải tặc hãm hiếp...
Hăm mốt ngày đêm thuyền lạc trôi...

Hơn bảy trăm thuyền nhân chết dở
Được cứu đưa vào một đảo hoang (2)
Dưới rặng dừa xanh, trên bãi vắng
Có người Mẹ điên đứng khóc con

Sáu năm đầu trên vùng đất mới (3)
Đêm đêm trằn trọc nhớ Sài Gòn
Nhờ ơn Chúa gia đình đoàn tụ (4)
Ngày vui xúc động lệ trào tuôn…

Dưới pho tượng Tự Do Thần Nữ
Cùng quyết tâm làm lại từ đầu
Nhờ Ơn Chúa cả nhà thành đạt (5)
Tình yêu Thiên Chúa quá nhiệm mầu!

Ngày hưu trí dời về Palm Coast
Ngôi nhà hạnh phúc bên bờ kênh
Mỗi ngày Lễ cháu con về dự
Niềm hân hoan tràn ngập tâm hồn

Nov., 12, 2024

*Theo lời kể của NS LMST
(1) Rời Rạch Giá ngày 30/4/1979.
(2) Nhạc sĩ LMST tên thật Trương Tiến khóa 5 Thủ Đức, cùng Paul Truong (13 tuổi) ra đi trên 1 chiếc thuyền chở 732 thuyền nhân. 5 lần bị hải tặc Thái Lan khoảng 20 tên mang súng lục, dao găm, cướp bóc vàng bạc, hãm hiếp đàn bà con gái, nhiều thuyền nhân chết xác quăng xuống biển… Tàu hư, đói khát… sau 21 ngày-đêm trôi dạt được Thuyền Hải Quân Indonesia cứu vớt đưa vào hoang đảo Teluk Dalam, Indonesia.
3) Năm 1979, NS LMST cùng Paul đến Mỹ.
(4) Ngày 21/7/1985, chị Hoàng Yến và đứa con út qua Mỹ định cư.
(5) Nhạc sĩ LMST nổi tiếng với 2 ngàn nhạc phẩm, cậu con trai lớn Paul Truong nổi tiếng thế giới với môn Cờ Vua được phong danh hiệu Kiện Tướng Quốc Gia.

HAI CHA CON VƯỢT BIỂN ĐÔNG

Liều chết cùng con trai xuống thuyền
Lênh đênh trước quỷ biển cuồng điên
Bảy trăm sinh mạng hồn xiêu tán
Hăm mốt ngày đêm sóng ngả nghiêng…
Khẩn Phật cho lòng từ rộng mở
Cầu Trời đến đất hứa bình yên
Sáu năm ổn định vui đoàn tụ
Thành đạt lòng cha thoả ước nguyền

        Orlando, 18/7/2019

HAI CHA CON ĐI DIỆN NGƯỜI HOA

Ngày 29 đến toà Đại sứ*
Trế rồi đành dẫn vợ con về
Bốn năm trốn giữa lòng thành phố
Nghe tắc kè kêu hồn tái tê…

Hiền thê chạy giấy tờ xuôi ngược
Hai cha con đi diện người Hoa
Thuyền rời Rạch Giá sao mờ tỏ
Ra khơi hồn gởi lại quê nhà

Năm lần bị hải tặc Thái Lan
Tràn lên vơ vét hết bạc vàng
Hãm hiếp đàn bà và con gái
Thuyền rơi vào địa ngục trần gian

Thuyền tả tơi như chiếc lá khô
Lạc trôi trên biển đâu bến bờ?
Bão táp phong ba còn ập đến
Đánh vào thuyền nghiêng ngả tơi bời…

Hăm mốt ngày đêm trên biển cả
Được cứu đưa vào đảo Dalam
Hai cha con giơ tay cảm tạ
Chúa Trời phù hộ cho bình an

May, 31/2024

Ngày 29/4/1975

110. MẸ NGỒI TRƯỚC BIỂN

Mẹ ra đi theo diện người Hoa
Khủng khiếp bàng hoàng đã diễn ra
Bao nữ thuyền nhân đã bị hiếp
Hãi hùng trời đất dậy phong ba…

Chiều tà thuyền dạt vào hoang đảo
Phủ bóng dừa xanh nỗi xót xa
Mẹ ngồi trước biển mê hay tỉnh?
Biển đêm buồn thảm như tha ma

Chồng mẹ đâu? con gái mẹ đâu?
Ai gây nên thảm cảnh thương sầu?
Khuya rồi mẹ vẫn còn ngồi đó
Hồn gởi về đâu trên biển sâu?

Hàng dừa thương mẹ nghiêng nghiêng bóng
Vầng trăng thương mẹ sáng trên đầu
Suối lệ cạn khô thân héo rũ
Hoá thành pho tượng thiên thu sầu?

May, 25, 2024

NỖI SẦU THƯƠNG GỞI VỀ NGƯỜI

Giữa thời bể dâu u hoài
Gia đình cậu sả làm hai
Vợ và con gái ở lại
Chồng ra đi cùng con trai

Giã từ Tháp Bà, Xóm Bóng
Hướng về Hòn Khói, Bá Hà
Gặp cha con cậu lần cuối
Tình cờ tại cổng Phước Đa

Dù cậu lặng thinh không nói
Nhưng nhìn ánh mắt muộn phiền
Tôi cũng có thể đoán được
Cậu đang tìm đường vượt biên

Hỡi ơi! đường đi không đến
Đã bốn mươi năm qua rồi
Quê nhà mẹ cha trông ngóng
Vợ con chờ… vẫn im hơi

Thời gian cứ lạnh lùng trôi…
Mái xưa rêu mờ bụi bám
Phương trời biệt vô âm tín
Nỗi sầu thương gởi về người

June, 4, 2024

HAI CHUYẾN VƯỢT BIỂN ĐÔNG BI THẢM*

(Kính tặng thuyền nhân Vũ Duy Thái
và con là thuyền nhân Vũ Duy Tuấn)

Hai chuyến vượt Biển Đông bi thảm
Mất bảy sinh mạng một gia đình
Cái giá của Tự do quá đắt
Nhưng vẫn chưa thấy ánh bình minh

Từ trại tị nạn Songkhla, Thái Lan
Ba viết cho con ở Đài Loan
Cầu Đức Chúa Trời thêm ơn thêm sức
Ban cho con nghị lực bình an

Nhận tin từ Mỹ, ba biết hết rồi (1)
Hai người anh ruột của con đã chết
Xác đành cho bạn đồng thuyền ăn thịt
Một sự thật quá khủng khiếp kinh hoàng!

Mình con gánh chịu đau thương mất mát
Suốt một năm qua lặng lẽ âm thầm
Vì sợ mẹ cha quá sức chịu đựng
Nên con đành biệt tích biệt tăm…

Ra đi là đánh đổi cả sinh mạng
Giữa Biển Đông bão nổi sóng xô
Đi được bốn ngày thì thuyền chết máy
Lênh đênh trôi dạt vào đảo san hô (2)

Sau 50 ngày chết đói chết khát
Tận cùng bi đát xé nát lòng ba
Mỗi chiều nhìn về Biển Đông xa xa
Tim thổn thức mà lệ sầu đã cạn

Cuộc hành trình đầy thương tâm ảm đạm
Ngày các con đi tại bến Bạch Đằng
Thì một năm sau bốn em và ba má (3)
Cũng đã lên thuyền tại Rạch Giá

Ngày thứ nhất gặp hải tặc Thái Lan
Cướp bóc, hãm hiếp, vô nhân, bạo tàn
Ngày thứ hai cũng hải tặc Thái Lan
Cướp bóc, hãm hiếp, rồi gài thuốc nổ

Thuyền tan vỡ, bốn em con và mẹ
Cùng 65 người chìm xuống biển sâu
Những người sống sót hồn phách để đâu?
Chúng đưa vào đảo Kra trong vịnh Thái (4)

Lòng ba đớn đau xác thân bải hoải
Buổi chiều Ko Dra thê thiết võ vàng!
Ko Kra chính là địa ngục trần gian
Cũng là sào huyệt của bọn hải tặc

Nơi có bao nhiêu thuyền nhân đã chết?
Chết vì đói khát, chết vì hãm hiếp
Chết vì bạo hành tra tấn dã man
Chưa kể dẫn đi biệt tích biệt tăm

Ko Kra còn đó những mồ hoang
Những bút tích viết trên vách đá
Những lọn tóc dài rớt rơi trên lá
Những xác thuyền buồn bã sóng gào than…

Mỗi ngày như mọi ngày gớm ghiếc
Hãi hùng khủng khiếp trút xuống triền miên
Toán này đi toán khác đến, thường xuyên
Nữ giới phải tản vào rừng lẩn trốn

Những ngày biển động lối vào Ko Kra
Bốn chục chiếc tàu Thái đậu đông nghẹt
Ai biết tàu nào dã man chém giết?
Tàu nào hãm hiếp con gái đàn bà?

Tàu nào bán người cho động mãi dâm?
Tàu nào xô người xuống lòng biển cả?
Tàu nào sẽ bị quốc tế truy nã?
Tội ác tày trời không thể dung tha

Tiếng khóc tiếng gào Trời cao có thấu?
Những oan khiên che giấu đến bao giờ?
Làm sao rửa sạch những vết nhơ?
Người đối xử người còn thua lang sói

Địa ngục Ko Kra còn gì để nói?
Như một chiến binh thương tích đầy mình
Và linh hồn tan nát giữa vô minh
Ba viết cho con đứt từng đoạn ruột

Sáu ngày sau trực thăng đến kiểm tra
Cao Uỷ đưa tàu ra đảo kịp lúc
Chở về Pak Phanang làm thủ tục
Rồi đưa đến trại tị nạn Songkhla

Ba mời Cha Joe đến dâng Thánh lễ
Nguyện cầu hồn mẹ và sáu anh em
Tại một nhà thờ trong trại tị nạn
Mà những đau thương vượt ngoài giới hạn

Giỗ một trăm ngày mắt sầu ngấn lệ
Ba mời Cha Joe đến dâng Thánh lễ
Cầu bảy linh hồn xin Chúa yêu thương
Cho về yên nghỉ trên nước Thiên đường

Như Biển Hồ Lai Láng

Ba viết cho con hành trình đứt ruột
"Thảm Kịch Biển Đông" tím tái tim gan
Giáng xuống gia đình bi đát bàng hoàng
Trang sử ngập tràn đau thương máu lệ

Từ trại tị nạn đớn đau sầu khổ
Mong sớm gặp con trên đất Tự do
Cầu Chúa Thánh Thần cất hết âu lo
An ủi những ngày cô đơn buồn thảm

      Orlando, Mar, 5, 2025

*(Dựa theo câu chuyện có tựa đề "Thảm Kịch Biển Đông" của thuyền nhân Vũ Duy Thái đăng trên Sài Gòn Times: http://saigontimesusa.com/bai/thuyennhan/thamkichbiendong.shtml

(1) Mãi tới 1978, gia đình mới nhận được tin từ 1 người bạn ở Mỹ.

(2) Thuộc đảo Bành Hồ

(3) Chuyến đi thứ nhất: ngày 1/10/1978 gồm 130 người, trong đó có 3 can trai của Ô Thái, thuyền chết máy tấp vào đảo san hô, thực phẩm hết dần… người sống đành xẻ thịt người chết mà ăn. Ngày thứ 50 có tàu đánh cá Đài Loan tới cứu. Cả ghe 130 người chỉ còn 60 người, khi đặt chân lên Đài Loan chỉ còn 34 người sống sót.

(4) Chuyến đi thứ hai: sau 1 năm gồm 112 người trong đó có cha mẹ và 4 con. Có 65 người theo thuyền chìm xuống biển sâu.

(5) Đảo Ko Kra, cách bờ khoảng 54 km, gồm 3 đảo nhỏ, nằm ở phía nam Vịnh Thái Lan.

HÀNH TRÌNH VƯỢT BIỂN ĐÔNG
HOÀI CẢM*
- Thân tặng nhà văn Kim Oanh, tác giả
thiên hồi ký "Hành Trình Vượt Biển Đông"

Em là cô gái quê Vĩnh Long
Mười tám tuổi học xong Trung học
Năm lần vượt biên bao khó nhọc
Có lần bị nhốt hơn hai tháng tù

Về nhà, em thất vọng ê chề
Nhưng vẫn không đầu hàng số phận
Cha mẹ thấy em tương lai lận đận
Thương con đành chạy ngược chạy xuôi

Vay mượn của bà con thân thuộc
Bán đi những gì còn bán được
Đủ số vàng em lại ra đi
Rời Vĩnh Long xuống bến đò Rạch Sỏi

Đò nổ máy khi trời còn tối
Qua vùng kiểm soát, đò chạy nhanh
Chiếc tàu dài hiện ra trước mắt
Gió nhẹ, triều lên, sóng vỗ gành

Chủ tàu lo cơm nước chu đáo
Dưới hầm tàu tôm cá lương khô...
Một đêm tháng năm, năm bảy chín
Giã từ Rạch Giá thuyền xa bờ

Ngày đầu ra khơi cảm xúc miên man
Lo lắng, bồn chồn, ưu tư, háo hức
Em cầu Đức Mẹ Hằng Cứu Giúp (1)
Cho hành trình đến bến bình an

Cha mẹ giờ này ở quê nhà
Chắc cũng đang lo âu rầu rĩ
Tuổi già còn lao tâm khổ trí
Thoáng nghĩ thôi mà lệ nhạt nhòa

Em không ăn được vì say sóng
Đêm đến, tất cả lên boong tàu...
Hai ngày đầu an nhiên lướt sóng
Có hai đàn cá lội theo sau

Có nhiều tấm ván bồng bềnh trôi...
Chẳng lẽ thuyền ai vừa bị đắm?
Trời trong xanh, biển yên, gió lặng
Tàu ung dung hướng đến Mã Lai

Bỗng xuất hiện hai tàu hải tặc
Trên người chỉ có chiếc khố che thân
Tay cầm búa, dao găm, mã tấu...
Phách tán hồn phiêu, em đứng chết trân

Chúng chia thuyền nhân ra làm ba nhóm
Con gái, đàn ông, con nít đàn bà
Em vội vàng bế một đứa bé
Nên bị đẩy qua nhóm đàn bà

Hải tặc thay nhau lục soát khắp nơi
Rà soát trên thân thể của từng người
Cướp lấy bạc vàng... tịch thu súng đạn
Vơ vét đồ ăn, gạo nước, cá tươi...

Bắt nhóm con gái sang tàu hải tặc
Trong cơn tuyệt vọng em đã khẩn cầu
Đức Mẹ, Thần Linh... cứu người khổ nạn
Không bị làm nhục được trở lại tàu

Bỗng nhiên xuất hiện chiếc tàu thứ ba
Chính là ân nhân ra tay cứu giúp
Phép lạ nhiệm mầu kịp thời đúng lúc
Các bạn gái đều bình an về tàu

Từ đó hành trình còn nhiều cam go
Trải qua bốn nơi nhờ Ơn cứu giúp*
Sau bảy tháng được định cư tại Úc
Gặp chị gặp anh anh hạnh phúc vô bờ

Năm tám mươi tư, vào mùa Phục Sinh
Cha mẹ vui mừng đặt chân đến Úc
Đó chính là ngày hân hoan hạnh phúc
Lớn nhất đời em và cả gia đình

Ước mơ của em đã thành sự thật
Tạ ơn Trời Đất thương ban Hồng Ân
Em luôn ghi nhớ lời của song thân
"Ở đời phải lấy nghĩa nhân làm gốc"

Orlando, ngày 25/12/2024

*Theo lời kể của nhà văn Kim Oanh, tác giả thiên hồi ký "Hành Trình Vượt Biển Đông" đã đăng trên https://lethikimoanh9.blogspot.com

*Trải qua 4 nơi trước khi định cư:
- Hải cảng Trengganu
- Trại tị nạn Cherating của Liên Hiệp Quốc
- Trại chờ chuyến bay Sungei Besi
- Cơ quan Hostel ở Melbourne, Úc

MẸ BỒNG CON TRẺ VƯỢT BIỂN ĐÔNG

Mẹ bồng con trẻ bước lên thuyền
Hăm mốt ngày đêm bất tịnh yên
Đến được xứ người «cày» chết bỏ
Thích nghi cuộc sống "cuốc" khùng điên
Gắng công học tập con thành đạt
Thực hiện ước mơ mẹ thoả nguyền
Khốn nỗi đời là tấn thảm kịch
Người con bỏ mẹ giữa ưu phiền*

July 24, 2019

*Kinh Cựu Ước - Sách Châm Ngôn 19:26: "Kẻ bạc đãi cha và xua đuổi mẹ, là đứa con đốn mạt, nhuốc nhơ."

TÙ CẢI TẠO

(Ảnh NET)

TỪ ĐÓ LAO TÙ

Mất Phước Tuy tay bị trói gô
Lao tù từ đó bước chân vô
Bảy năm sống chết mờ binh lửa!
Một phút sa cơ lạnh nấm mồ?
Chung cuộc bỗng thành người có tội?
Đổi đời đành chịu kiếp lao nô!
Song đường tựa cửa chờ mòn mỏi
Chẳng biết giờ này con ở mô?

Mar. 2, 2023

NGỌN ĐỒI KHÔNG TÊN
(Tâm sự của một người tù Trại Bù Gia Phúc)

Người qua rừng núi cũng rưng buồn
Lớp lớp lồ ô đứng héo hon
Xương tàn vác nứa qua sông lạnh
Dừng lại nhìn làn khói trên buôn

Khuôn mặt người tù thoáng nhớ quê
Bao nét ưu tư bỗng dại khờ
Hồn thả trôi trôi dòng suối bạc...
Trôi về trên những bến sông chờ

Vợ anh từ buổi tang thương ấy
Lưu lạc truân chuyên phận má hồng
Nhà cửa đã vào tay kẻ khác
Cuộc đời mạt pháp có thành không

Từ giã quê nhà đi kinh tế
Chôn đời son trẻ với núi non
Khoai sắn lá rừng ngày tháng đoạn
Nần say diệu đắng đã qua cơn?

Muỗi núi chẳng thương người vợ trẻ
Mưa nguồn tàn phá tấm dung nhan
Một ngày mây xám bay đầy lán
Nàng đã ra đi theo khói sương!

Thân xác mỹ nhân vùi đất núi
Tiếc nàng chỉ có lớp cỏ sương
Và cây lăng trắng bên bờ suối
Khóc nàng hoa nở tím rừng sim

Con nàng một trẻ thơ vô tội
Bỏ rừng thiêng nước độc lang thang
Ngày đến xin ăn nơi cuối phố
Đêm về lăn ngủ dưới công viên

Người Mẹ nào chẳng thương con trẻ?
Nàng hiện về… đắp ấm cho con
Đêm nghe nàng khóc trong mưa bão
Và thở than khi gió trở mùa

Ai đã bắt đi trẻ bụi đời?
Không nhà, không cha mẹ cút côi
Tấm thân tơi tả, không cơm áo
Không tuổi thơ, không cả tình người

Ở bên trại "phục hồi" nhân phẩm
Là lò "giáo dục" trẻ lang thang
Đường dê dấu thỏ, đêm ghê rợn
Rừng núi mênh mông tiếng cú hờn

Nhưng rồi con trẻ cũng buông xuôi...
Trời rét căm căm mưa sụt sùi
Ngọn đồi bên suối, mồ trẻ dại
Cạnh đường đất đỏ số... mù khơi

Ngọn đồi không tên, mồ trẻ dại
Lâu rồi không một nén hương thơm
Không một bóng người phu qua lại
Chỉ có chim kêu, vượn hú buồn...

Ngọn đồi không tên, mồ trẻ dại
Lâu rồi xanh phủ kín lồ ô
Mỗi chiều mỗi sáng Nàng thăm mộ
Làn khói hư vô lãng đãng về

Ngọn đồi không tên, mồ trẻ dại
Có làn sương khói, trái tim Nàng
Có lớp lồ ô hiu hắt đứng
Và người tù vác nứa đi ngang...

Orlando, 14/9/1998
(Trích từ thi tập Thơ Vinh Hồ, 1999)

ÔNG ĐẠO LÒ RÈN

Tấm lòng nhân ái tâm hiền lương
Trong trại tù ai cũng mến thương
Dưới bóng cây cao suối róc rách
Trong lò rèn nóng mồ hôi tuôn...
Cần cù mài giũa dù no đói
Chăm chỉ trui rèn mặc gió sương
Nhưng hỡi ơi! Trời xanh có thấu
Con thăm bị hiếp chết bên đường*

Dec. 28, 2023

*Năm 1977, Ông Đạo Lò Rèn trại Bù Gia Phúc có con gái lên thăm nuôi, khi ra về bị hiếp, sát hại, hiện hồn về báo mộng cho cha... cha đã đi tìm và gặp xác con...

EM GÁI SÀI GÒN

1.
Em gái Sài Gòn chẳng ngại ngùng
Thăm Cha lặn lội vượt muôn trùng
Qua Đồng Xoài, Phú Riềng, Minh Đức
Đến Phước Long, Bà Rá, Đắk Lung
Qua Suối Thác Mơ lòng héo hắt
Đến Bù Gia Phúc lệ rưng rưng
Nhìn thân phụ xác thân tiều tuỵ
Cha nắm tay con khấp khởi mừng

2.
Gặp mặt ai hay phút cuối cùng?
Đường về bị hại giữa mông lung*
Hồng nhan bạc mệnh ôi sầu thảm!
Thân gái dặm trường quá não nùng!
Nộ khí ngút trời ai thủ phạm?
Oan khiên dậy đất tiếng đàn chùng!
Bầm gan tím ruột thiên thu hận
Phi lý đau thương đến tận cùng

                              Mar. 1, 2023

*Năm 1977, Ông Đạo Lò Rèn trại Bù Gia Phúc có con gái lên thăm nuôi, khi ra về bị hiếp, sát hại.

TRONG TÙ NHỚ MẸ THƯƠNG CHA

Đêm đêm con thắp ngọn đèn trời*
Cầu nguyện cho cha mẹ sống đời
Trăng lặn thương lời cha dạy dỗ
Sương rơi nhớ tiếng mẹ ru hời
Cha già tóc bạc như mây trắng?
Mẹ yếu lưng còng sát đất rồi!
Khốn nạn đời tù không bản án
Đêm nghe vượn hú lệ sầu rơi...

12/7/2019

*Ca dao:
Mỗi đêm mỗi thắp đèn trời
Cầu cho cha mẹ sống đời với con.

120. VIẾT TỪ TRẠI CẢI TẠO

Viết từ trại cải tạo tập trung
Con gởi về thăm Mẹ hiểu lòng
Đất nước vừa tàn cơn khói lửa
Quê hương mới lập cảnh hoà bình
Nhà bên rộn rã vui sum họp
Riêng Mẹ âm thầm sống lẻ đơn
Gần hết cuộc đời còn khổ ải
Trong tù giọt lệ nhỏ như sương

Xuân Lộc, 1976

(Trích từ thi tập: Thơ Vinh Hồ, 1999)

TRỞ VỀ TỪ TRẠI TÙ CẢI TẠO
(Thương nhớ anh Phạm Hồ Tôn)

Đã biết đời có sinh có tử
Bảy mươi hai tuổi "cổ lai hy"
Sáng nay lòng thấy ai bi
Trái tim nhỏ giọt lưu ly khóc người

Nhớ lúc trẻ học hành thi cử
Là sinh viên ưu tú siêng năng
Ra trường giữa lúc chiến tranh
Muốn đem tuổi trẻ tinh anh giúp đời

Nhưng vận nước đến hồi bi thảm
Anh vào tù Thanh Cẩm chua cay
Giữa rừng già sống lắt lay
Thương nhà hiu quạnh lấy ai cậy nhờ?

Thương vợ trẻ, Mẹ già, Cha yếu…
Lê từng ngày túng thiếu thảm thê
Đàn con một cảnh hai quê
Thân tù nghĩ đến mà tê tái lòng

Ngày ra trại, giữa đồng hiu hắt
Chiếc nón cời che mặt mà đi
Chiều chiều nhìn cánh thiên di
Bay về mô để phương ni lạnh lùng?

Dòng sông Dinh khi trong khi đục
Dãy Hòn Hèo phía tục phía thanh
Ngày ngày nhìn cánh đồng xanh
Mây bay lại nghĩ quẩn quanh sự đời...

Cùng tắc biến, thương người lận đận
Cả gia đình đến xứ Tự Do
Hồng ân Thiên Chúa ban cho
Tâm linh trong sáng suối thơ nhiệm mầu

Suốt hai chục năm hầu việc Chúa
Đem tình thương chan chứa trao người
Giúp người ổn định cuộc đời
Đưa người đến với Đạo Trời từ bi

Nay trước phút sinh ly trầm mặc
Bài Thánh ca dìu dặt ủi an
Bên tai tiếng nhạc tiếng đàn
Lời ca trầm bổng nhặt khoan êm đềm...

Cảm tạ Chúa quyền năng cứu rỗi
Ban phước lành khắp đất khắp trời
Nay người xa bể dâu đời
Theo vầng mây trắng về nơi Thiên Đàng

16/8/11

*Anh Phạm Hồ Tôn: khóa 10 Quốc Gia Hành Chánh. Tháng 11/1991 Anh cùng vợ và 7 con qua Mỹ theo diện HO 9, định cư tại Orlando. Anh từng dịch sách Anh ngữ ra Việt ngữ, tạ thế năm 2011.

RA TÙ NUÔI CON ĂN HỌC THÀNH TÀI
(Thương nhớ anh Trần Điền)

Đã biết thân này là cát bụi
Và cuộc đời ngắn ngủi phù du
Thế nhưng trước phút sinh ly*
Lòng hiu hắt tựa gió thu chuyển mùa

Ôi còn nhớ trường xưa Võ Tánh!
Và Quốc Gia Hành Chánh ngày nào
Anh đều học giỏi đỗ cao
Vinh quy, Cha Mẹ xiết bao vui mừng!

Thân nam tử bừng bừng ý chí
Đem đức tài tế thế an bang
Chẳng may thời thế đảo điên
Tháng Tư oan nghiệt đè lên phận người

Ra tù sống cuộc đời cơ cực
Nhưng vẫn luôn mẫu mực siêng năng
Nuôi con ăn học thành danh
Từ tốn kham nhẫn hiền lành dễ thương

Đời Anh một tấm gương bi tráng
Vượt qua bao khổ nạn trên đời
Lòng ngay thẳng tâm sáng ngời
Nguyện cầu siêu thoát về nơi Niết Bàn

4/10/2009

*Anh Trần Điền mất ngày 2/10/2009 tại Orlando.

MẸ THIÊN NHIÊN

Màu của núi rừng hòa cùng đại dương
Trái đất xanh lơ như một thiên đường
Mẹ của thiên nhiên trái tim từ ái
Đối với người tù Mẹ càng yêu thương

Mẹ cho nấm mèo, trái xay, rau, củ
Nuôi nấng người tù đoạn tháng qua ngày
An ủi người tù những khi buồn tủi
Khích lệ người tù mưa dạn gió dày

Khi nồm nam đến nhạc trỗi vi vu…
Khi mùa Thu về mưa ngâu thánh thót
Khi em lên thăm oanh ca khướu hót
Lồ ô che kín mít chỗ em nằm

Mẹ thiên nhiên vẫn im lìm tịch lặng
Nhưng tình sâu nặng sương khói mịt mù
Bốn mùa cưu mang muôn loài vạn vật
Lòng Mẹ thiên nhiên vĩ đại thiên thu

Mùa Xuân Mẹ cho trăm hoa đua nở
Mùa Hạ Mẹ cho cây trái chín hườm
Mùa Đông Mẹ cho người tù củi lửa
Để sưởi cuộc đời héo hắt đau buồn

14/12/2023

NĂM NĂM RA TRẠI*

Năm năm ra trại trắng tay người
Thương mảnh vườn xưa cau chuối ôi!
Ruộng đất đã mua bằng nước mắt
Trâu bò phải trả bấy mồ hôi
U hoài hương án lời cha khấn
Gầy guộc canh khuya bóng mẹ ngồi
Mồ mả gia tiên đời lấn chiếm
Năm năm ra trại lệ còn rơi…

2008
(Trích từ thi tập: Thơ Vinh Hồ, 1999)

*Nhạc sĩ LMST đã phổ nhạc năm 2009

KINH TẾ MỚI

Ảnh NET.

KINH TẾ MỚI HÒA SƠN

Mười năm lăn lộn chốn phù hoa
Ngày trở về theo nghiệp mẹ cha
Những buổi cấy chiều đông rút ruột
Bao mùa cày sáng bắc se da
Hai sương một nắng thương bơ muối
Bốn bể ba dâu mến ú cà
Chiều xuống Hoà Sơn kinh tế mới
Rộn ràng kiểng đánh sương sà sà…

1980

RỪNG NÚI HÒA SƠN

Vợ chồng đùm túm đến Hòa Sơn*
Rừng núi mênh mông trải nỗi buồn
Gò đất khô khan tro bụi thốc
Lán nhà trơ trọi gió mưa tuôn
Bứt mây, làm rẫy ăn qua bữa
Đi địu, đãi vàng đứng nhớ con
Bè bạn xa khơi đời vạn nẻo
Đường về hun hút ngút cô đơn

      1993

Khu kinh tế mới Hòa Sơn, thuộc huyện Ninh Hoà.
(Trích thi tập Thơ Vinh Hồ, 1999)

SÔNG LỐT NGÀY MƯA

Củi gộc cành khô dạt giữa dòng
Đầu nguồn nước lũ ngập tràn sông
Tay giầm rời rã ghe xoay ngược
Họng thác cuồng điên lái bẻ cong
Bờ bụi tiếc gì thân kẻ khổ
Cát vàng đâu nữa buổi đò đông
Hoà Sơn tháng nắng cha đi địu
Sông Lốt ngày mưa con đứng trông

1993

TẾT ĐẾN
TÌNH QUÊ THÊM NGỔN NGANG

Một cảnh hai quê đời lạnh hàn
Xa cha xa mẹ buồn mang mang
Giữa màu khói phủ sông cô tịch
Trước cánh chim bay rừng bạt ngàn
Hòn Hấu giao thừa không tiếng pháo
Hoà Sơn mồng một chẳng mai vàng
Núi đồi trơ trọi chim bay mỏi
Tết đến tình quê thêm ngổn ngang!

21/1/2010

TRĂNG ĐƠN

Một đời vất vả chỉ vì con
Đến cuối đời hiu quạnh héo hon
Con cháu xa xôi trời biển cách
Cửa nhà trơ trọi nước non mòn
Tình sâu gởi với màu mây trắng
Nghĩa nặng trôi theo giọt lệ buồn
Sông Lốt nước đầy in bóng mẹ
Hoà Sơn sương lạnh buốt trăng đơn

1998

130. NGỌN NƯỚC

Vợ chồng tá túc bến Cây Sung
Đường ngõ đầy tre trảy mịt mùng
Vợ loét tử cung vừa chuyển viện
Chồng ôm tủ lạnh bởi đi rừng*
Bầy con nheo nhóc ăn sơ sáo
Cha mẹ già nua sống khụ khừng
Ngọn nước hướng vào nhà hoạ hại
Hay là cái khó buộc sau lưng?

1999

*Bệnh sốt rét (tiếng lóng)

TIẾNG CUỐC CANH KHUYA

Từ vùng kinh tế mới Hòa Sơn*
Chị trở về đây với bảy con
Không đất không nhà không hộ khẩu
Chẳng công chẳng điểm chẳng người ơn
Thương bầy trẻ dốt khai sinh thiếu
Tiếc buổi chồng đi thuốc sốt còn?
Cha mẹ già nua em tản lạc…
Canh khuya tiếng cuốc gọi chi buồn?

                              1999

Thuộc huyện Ninh Hoà.

HOÀ SƠN HOANG HOẢI BUỒN CHƠI VƠI

Ai ăn bạc khối uống vàng mười?
Em lớn lên bằng gié lúa rơi
Trên chiếc lưng trâu manh chiếu rách
Trong tình yêu mẹ tiếng ru hời
Ngày đi nghĩa vụ nhà xiêu vẹo
Năm trở về quê áo tả tơi
Đón Mẹ một đời đầy khổ ải
Hoà Sơn hoang hoải buồn chơi vơi

1999

ĐẾN THĂM, BẠN VẮNG NHÀ

Đến thăm kinh tế mới Hoà Sơn
Vượt núi băng sông đường trợt trơn
Trâu Đụng, Kênh Kênh: thác nước xoáy
Đá Bàn, Giồng Cốc: núi mây vờn
Vác xe qua bến chim cò gáy
Chở vợ dọc sông tre trúc đờn
Nhà vắng ra chào chỉ có Mẹ
Hai con còn nhỏ cảnh neo đơn!

2021

KINH TẾ MỚI LỖ CHỒI*
(Hoạ vận thơ Điềm Ca)

Mang hết vợ con lên Lỗ Chồi
Giồng Đền, Hòn Lách rớt mồ hôi
Xa nơi phố thị đôi tay trắng
Đến chốn sơn lâm chiếc nón cời
Gò đất khô khan cây đứng héo
Con đường hoang vắng sương mờ rơi
Nhà tranh vách đất theo năm tháng…
Giờ chỉ còn anh, trăng lẻ đôi

2021

*Thuộc Ninh Hoà, Khánh Hoà

KINH TẾ MỚI NINH TRANG*

Tay bồng tay dắt lên Ninh Trang
Thị trấn đưa dân đi lập làng
Dâu bể mặc cho người khốn khổ
Đổi đời thây kệ kiếp gian nan
Suối Mơ đâu phải nơi bồng đảo
Đá Dựng không như chốn địa đàng
Con cái bỏ về thành biệt dạng
Song thân Xuân đến buồn mênh mang

2021

*Thuộc Ninh Thượng, Ninh Hòa, Khánh Hòa.

LỖ BÈO NĂM ẤY
(Hoạ vận thơ Điềm Ca)

Năm ấy đi kinh tế Lỗ Bèo
Gia đình một vợ hai con theo
Nhà tranh vách đất đời lao khổ
Khoai sọ bo bo cảnh ngặt nghèo
Sáng chặt lá buông trên Núi Lách
Chiều làm cỏ lúa dưới Đồng Gieo
Suối Trầu thả chiếc ghe thăm lưới
Cầu Đỏ đêm nghe tiếng cú mèo

2021

TRƯA HÈ TẠI HOÀ SƠN*

Trưa hè đường vắng nắng tràn trưa
Ai lỏng thỏng qua trước giậu thưa
Vai quảy thùng đeo chuông lẻng kẻng
Quần xăn ống xế áo te tua
Tuổi già vợ biệt vô âm tín
Cảnh đói con lưu lạc bốn mùa
Thân thể gầy gò chân chậm chạp
Miệng còn lẩm bẩm -kem ai mua?

        1985

Khu kinh tế mới Hòa Sơn, thuộc huyện Ninh Hoà.

MẸ NGỒI NHƯ TƯỢNG QUÊN RỒI NHỚ

(Ảnh NET)

1
Bắt ốc hái rau xế một đời
Nuôi đàn con lớn khôn thành người
Cày sâu cuốc bẫm sau lằn đạn
Ăn mắm mút dòi nhìn mặt trời
Năm đứa đi lên núi biệt dạng
Sáu thằng bỏ xuống biển mù khơi
Đôi vai gánh nặng về bao lối
Một dạ chia đều gởi mấy nơi?

2
Cơm áo hoà bình tâm khấn nguyện
Ngục tù chinh chiến lệ chia phôi
Thân cò còm cõi theo mưa nắng
Vận nước nổi trôi giữa khóc cười
Hốc mắt lõm sâu đêm bất tận
Đáy lòng u uẩn lá không rơi
Mẹ ngồi như tượng quên rồi nhớ
Có tiếng ai vang vọng núi đồi…

                      1998

MẸ, BÊN ĐỜI
(Tưởng niệm một người Mẹ)

Dòng sông xô bóng những hoàng hôn
Mẹ đứng hao gầy với nước non
Tìm giữa hư vô tình chủng loại
Moi trong trí nhớ xác chồng con
Hững hờ cuối phố hai tay nạng
Hiu quạnh bên đời nửa mái tôn
Hy vọng người đi còn trở lại
Nào ngờ rừng lạnh biển du hồn

Ngày 9/11/1997
(Trích thi tập "Thơ Vinh Hồ" 1999)

140. MẸ VIỆT NAM ĐAU KHỔ

1
Mẹ Việt Nam đau khổ nghẹn lời
Ba mươi năm chém giết tơi bời
Tương tàn cốt nhục thiên thu hận
Xáo thịt nồi da xương máu phơi
Lớp lớp thuyền nhân chìm xuống biển
Hàng hàng cải tạo đã quên đời
Sài Gòn sụp đổ sầu muôn thuở
Mẹ Việt Nam đau khổ nghẹn lời

2
Ba mươi năm khói lửa loang mờ
Cửa nát nhà tan lệ đá khô
Sống sót trăng tàn lê cuối phố
Đau thương nắng xế nghẹn bên mồ
Đêm thu ảnh mẹ nhoà sương khói
Tháng hạ hồn cha quyện cõi bờ
Cờ rủ mặt trời đen tiếng quạ
Kèn đồng ai thổi suốt hoang sơ…

                              2005

CON MẮT ĐÃ MÒN

Ơn dưỡng nuôi cao ngất trường sơn
Chữ hiếu kính mênh mông đại hải
Bốn thập kỷ vẫn chưa trở lại
Cha mẹ già con mắt đã mòn

Không-thời gian cứ lạnh lùng trôi
Cuộc đời mãi bể dâu chìm nổi
Mỗi chiều tối chim bay về núi
Mà con vẫn biền biệt phương trời

2020

KHÔNG NHƯ TÌNH MẪU TỬ

Ảnh NET

Ngoài đời thích sống ảo
Hay đố kỵ hơn thua
Không như tình mẫu tử
Yêu thương con bốn mùa

Ngoài đời đâu có dễ
Muốn khóc cũng phải cười
Không như tình mẫu tử
Thuần khiết như mây trời

Ngoài đời đầy áp lực
Hối hả vì đồng tiền
Không như tình mẫu tử
Ấm áp và an yên

Ngoài đời nói huyên thuyên
Luôn kèm theo điều kiện
Không như tình mẫu tử
Cao cả và thiêng liêng

       2024

VÌ CON CHẤP NHẬN KHÓ KHĂN

Chân lấm tay bùn da sạm nắng
Cả một đời lặn lội vì con
Dòng sông nước chảy đá mòn
Vầng trăng còn có khi tròn khi vơi

Thức khuya dậy sớm đời tân khổ
Có làm không dễ có cái ăn
Vì con chấp nhận khó khăn
Vượt qua sóng gió nhọc nhằn đa đoan

Cha mẹ quyết nuôi con đèn sách
"Nghèo cho sạch rách cho thơm"*
"Trăm năm bia đá thì mòn
Ngàn năm bia miệng hãy còn trơ trơ"**

May, 30, 2024

*Tục ngữ
**Ca dao

HIU HẮT TÌNH QUÊ

Chỉ nhớ thương thôi đủ xế đời
Chim về biển bắc núi mù khơi
Trập trùng sóng vỗ niềm cô tịch
U uất canh tàn lá rụng rơi
Từ độ xa quê cha tựa cửa
Bao đêm chợp mộng mẹ không lời
Tổ đường mồ mả người xâm lấn
Hiu hắt tình quê trăng dõi soi

2005

(Trích từ thi tập Bên Này Biển Muộn của Vinh Hồ, 2005)

VU LAN HƯỚNG LÒNG VỀ MẸ

Trên đồng cạn dưới đồng sâu
Mẹ tôi chỉ có con trâu đi bừa
Môt năm, trời có bốn mùa
Mẹ tôi chỉ có nắng mưa dãi dầu

Đàn cò sải cánh về đâu?
Mặt trời khuất núi tím màu thời gian
Mẹ ơi! mùa Lễ Vu Lan
Hồi chuông Bát Nhã vọng vang xứ người…

Con thầm khấn nguyện Phật Trời
Độ trì hồn Mẹ về nơi an nhàn
Con còn phiêu bạt thế gian
Đường về quê mẹ muôn ngàn dặm xa

30/8/2020

QUÊ MẸ ĐÊM TRĂNG TỎ
(Hoạ ý thơ TM)

1
Vầng nguyệt vừa lên sáng tỏ rằm
Sáng trưng Quốc lộ mộng về thăm
Dưới cầu Xóm Bóng ghe thuyền đậu
Trên đỉnh Hòn Khô thiếu nữ nằm*
Kìa vịnh Nha Phu người đối bóng
Nọ đèo Bánh Ít núi mù tăm
Đường về vịnh Gió Mây đi thẳng
Qua núi Phổ Đà đến xứ trầm

2
Trăng Thu vằng vặc sáng đêm rằm
Sáng lạch Cổ Cò thuyền ghé thăm
Giác Hải hồi chuông vang bến nước
Vân Phong tiếng sóng vọng nơi nằm
Rừng dương ướt đẫm sương giăng trắng
Cánh nhạn kêu buồn tiếng mất tăm
Lời Mẹ ru con sầu điệp điệp...
Câu hò kéo lưới giọng trầm trầm

3
Sáng trăng sáng lộng cả đêm rằm
Sáng tỏ thôn Xuân khách đến thăm
Thơm phức hoa cau bên mái vắng
Ngạt ngào hương bưởi võng ai nằm
Ngân vang câu hát tình chung thuỷ
Kẽo kẹt võng đưa đời tối tăm
Điệu lý ngợi ca tình mẫu tử
Tiếng đàn ai nắn nót cung trầm?

Ngày 7/9/2020

*Hòn Khô, tức Núi Cô Tiên thuộc Nha Trang, hình dạng giống thiếu nữ nằm dài xoã tóc.

THƯƠNG CHA

Lên thuyền Cha đã về Tây phương
Hoài niệm cháy lòng con tấm gương
Trời lụt đơm sa bắt cá lúi
Nông nhàn đi địu tìm trầm hương
Ngày rằm dâng lễ cúng Chư Phật
Mùng một ăn chay giảng Đạo Thường
Vất vả cho đồng xanh lúa tốt
Suốt đời sống giản dị hiền lương

19/6/2020

CON MUỘN

Cha già con muộn cảnh chơi vơi
Sợi tóc trong gương đã bạc rồi
Võng đẩy võng đưa cà kẽo kẹt…
Con ngoan con ngủ ạ à ơi…
Mẹ còn đứng lớp bao lo nghĩ
Cha bận làm nương mấy thảnh thơi
Mai mốt lớn lên cha mẹ nếu…
Con ơi siêng sắn để nên người

1984
Trích thi tập Ngàn Hương, 1994

CHÂN DUNG TỰ HOẠ

Bóng ngựa lưng đèo tuổi bốn lăm
Hiên nghèo thao thức tóc hoa râm
Con sanh hiếm muộn tay còn ẵm
Người đã xa xăm ai đến thăm?
Chén rượu muộn phiền đêm lẩm cẩm
Cuộc cờ trế nải vợ lầm bầm
Mắt nhìn trang sách không ra chữ
Chỉ thấy đời tan với tháng năm

1999

150. BUỔI SÁNG TRÊN RẪY

Màn sương buổi sáng lượn sà sà
Mái rạ im lìm bốc khói ra
Ánh nắng mặt trời chan sắc núi
Lối mòn chân rẫy thoáng người ta
Tình quê nhuần đượm trong lòng đất
Đất mẹ lâng lâng vắng tiếng gà
Trời đất tưng bừng đâm lộc mới
Trên đồi lau vọng khúc tình ca

1993
(Trích thi tập Mưa Nguồn Trầm Tích Chim Và Rêu, 2003)

SAU LUỸ TRE

Từ đời ông nội đến đời cha
Cho chí đời con cũng vẫn là
Chân lấm tay bùn ôm gốc rạ
Bữa no bữa đói cậy cây cà
Tự do, hạnh phúc bao thu vắng
Chinh chiến, tù đày suốt kiếp xa
Sống giữa một tình quê, lặng lẽ
Luỹ tre, đình cũ, mảnh đời ta

1993
Trích thi tập Thơ Vinh Hồ, 1999

HỒN THƠ CỔ ĐIỂN

Sâu thẳm trong tôi tiếng mẹ ru
Nhịp gàu em múc lạt sương mù
Hồn thơ Nguyễn Trãi xanh sông núi
Vời vợi vầng trăng bóng Nguyễn Du
Thiếu nữ đón xuân tung cánh cửa
Ông già tựa gối lạnh ao thu
Gọi đò… chỉ thấy trời mây nước
Đọng lại đồng chim… điệu cúc cù

1993

TIẾNG KÊU BUỒN

Tiếng chim gõ kiến đã xa rồi
Mà lệ người mưa cứ chảy… trôi…
Trần thế đọa đày bèo bọt rẻ
Thiên đường hạnh phúc vua quan thôi
Chết đi mới biết là vô tội
Sống lại nào hay liệt nửa người
Muôn dặm tìm con bao cửa ngục?
Gặp, không còn nhận mẹ, sầu rơi…

1999

CÔ ÚT

Cô Út trong nhà Mẹ đẻ ra
Mẹ lao hàng mấy chục năm qua
Lớn lên anh chị đi xa cả
Hiểu được Mẹ Cha đã quá già
Cảnh ấy em thôi đành nghỉ học
Tình kia anh phải sống lìa nhà
Hoà bình anh lại càng đau khổ
Xa cách gia đình xa Út xa…

1979

150. NÚI VỌNG PHU 2

Cứ nhìn lên núi Mẹ Bồng Con
Chờ đợi lâu ngày hoá núi non
Nỗi nhớ theo mây về vạn nẻo
Niềm sầu vỡ đá tách đôi hòn
Non mòn nước cuốn còn tơ tưởng
Xương trắng trăng tàn vẫn sắt son
Ngoài chiến trường kia chân ngựa lấp
Ven bờ lau sậy núi chon von

1999

VẮNG BÓNG CHA GIÀ

Mới có hai mùa Xuân cách xa
Mà quê hương vắng bóng cha già
Cửa nhà giờ biết bao cô quạnh
Đất mẹ ngày đi nhớ thiết tha
Gốc sứ Đông buồn quên tỉa nhánh
Cành mai Tết đến có ra hoa?
Bàn thờ bụi bám ai nhang khói?
Mái dột mưa tuôn rêu nhạt nhoà

Orlando, 1997

TRÔNG VỀ ĐẤT MẸ

Tôi về thành phố Orlando
Trời cuối xuân phong cảnh nên thơ
Thảm cỏ rừng cây chen biệt thự
Công viên cao ốc ẩn lòng hồ
Chân trời lại gặp nhiều người Việt
Cuối đất cũng đâu khác núi Quê
Ra biển ngồi trông về đất Mẹ
Biển xanh biển vẫn cứ xanh mờ

1995

QUÊ TÔI THỊ TRẤN GIỮA ĐÀNG

Quê tôi thị trấn u buồn
Nằm trơ vơ giữa con đường thiên nan
Người ra Bắc kẻ vào Nam
Dừng chân uống bát dừa xiêm mát lòng

Người lên Tây, kẻ xuống Đông
Trái bồ quân chín ngọt lòng xóm quê
Lá chùm ruột gói nem chua
Em tôi còn đứng ngẩn ngơ giữa đường

Sông Dinh nước chảy bình thường…
Chảy từ tim Mẹ sắt son một đời
Xiết bao dâu biển đổi dời
Tình quê hương vẫn rạng ngời thiên thu

Từng chiều mây phủ Vọng Phu
Từng đêm em đợi người phiêu du về

1995

LÂU RỒI TÔI CHƯA VỀ

Gởi Tường Hoài
Tác giả bài "Sao anh không về thăm Ninh Hòa"

Lâu rồi tôi chưa về Ninh Hòa
Thăm lại dòng sông thăm phố xưa
Đi trên những con đường nắng lụa
Rộn bướm, vàng hoa, xanh tuổi thơ

Lâu rồi tôi chưa về thăm trường
Thầy xưa, bạn cũ, tình vấn vương
Cây phượng, hàng dương, thời mộng mị
Con cu ngói đứng gáy đầu tường

Lâu rồi tôi chưa về thăm nhà
Những người thân buồn khóc tôi xa
Cha mẹ đã ra người thiên cổ!
Vườn cau hiu hắt lệ mưa nhòa…

Đời tôi sương khói trôi vơ vưởng…
Còn trong bụng mẹ đã tha hương
Nhà tan cửa nát người ly tán
Đạn nổ bom rơi các nẻo đường

Lớn lên bỏ tương lai, mộng ước
Học hành chỉ mấy chữ hư không!
Chiến trường dạy tiếp câu sinh tử
Ngày tháng treo trên thập tự hồng...

Nhưng rồi không chết phải vào tù
Tù nhân không án nhốt rừng sâu...
Ra tù… tiếp tục đời lưu lạc
Chẳng buồn cũng phải bước chân đi

Đi đâu tận nửa vòng trái đất?
Lang thang như những kẻ không nhà
Con ốc mượn hồn ai nhập xác
Sóng đời gõ mãi những âm xa…

Chiều trên Blue Ridge tuyết rơi trắng...
Sợi tóc trên đầu cũng bạc trắng
Ngậm ngùi tôi nhớ đến cố hương
Muốn về mờ mịt những con đường

Chiều trên Key West mây ửng hồng...
Xao xuyến thương về một dòng sông
Dòng sông phủ lục bình tím ngát
Có khác chi đời tôi long đong?

2010

160. QUÊ TÔI DÙ DÃI DẦU MƯA NẮNG

Quê tôi dù dãi dầu mưa nắng
Vợ chồng vẫn chung thuỷ với nhau

Quê tôi dù tắt đèn tối lửa
Nghĩa xóm tình làng vẫn nặng sâu

Quê tôi dù bể dâu chìm nổi
Lòng sắt son không dễ úa màu

Như sông Dinh chảy từ tim mẹ
Như Vọng Phu sừng sững giang đầu

Dù đến tận cùng trời cuối đất
Vẫn thương nơi cắt rốn chôn nhau

Nov., 12, 2024

XIN ĐỪNG PHỦ CỜ

Khi chết xin anh đừng phủ cờ
Vì tôi người lính chiến sa cơ
Đã không dám chết cho non nước
Cũng chẳng bảo toàn được cõi bờ
Thất trận thân tù đày khổ ải
Lưu vong hồn khắc khoải bơ vơ
Nhìn về quê Mẹ sầu thương vẫn
Một chữ "không" tương lai mịt mờ

June, 20, 2023

162. DI NGÔN

Trong vô cùng vô tận không gian
Trái đất chỉ là một chấm nhỏ
Đời người như giọt sương trên cỏ
Thu qua chưa hết đã đông tàn

Luân hồi sinh tử quay vùn vụt
Trái đất cũng quay quanh chính mình
Mệt lả nhưng không được ngừng nghỉ
Sẽ tan như những kiếp phù sinh

Nghi lễ rườm rà ta chẳng thích
Mồ cao mả đẹp ta không màng
Hậu sự cuối đời nên hỏa táng
Tâm tang chẳng nợ nần trần gian

Sống chết lẽ thường đừng ai bi
Cõi trần gian đến để rồi đi
Lúc đến oa oa ba tiếng khóc
Khi đi cũng chẳng mang theo gì

2024

TRÍCH 41 NHẬN XÉT VỀ THƠ VINH HỒ

TRUYỀN THÔNG VÀ BÁO CHÍ:

1. "Vinh Hồ là một trường hợp khá đặc biệt. Bởi vì ở tuổi chưa quá 50 mà Vinh Hồ làm thơ Đường lão luyện không thua những tiếng thơ ĐL thuở xa xưa. Khác chăng Vinh Hồ dùng chiếc bình cổ chứa đựng những lượng rượu mới mẻ. Sự mới mẻ thấy rõ từ cách dùng chữ, cho hình ảnh và suy tưởng. Riêng phần thơ mới, họ Hồ lại ném mình rơi sâu vào con đường cách tân, chênh vênh những thử nghiệm mới mẻ..."

(Đài Tiếng Nói Hoa Kỳ (VOA) 1999).

2. "Tác giả viết bằng những kinh nghiệm tù đày nên thơ tự có sức sống của nó. Đời và thơ trở thành một."

(Báo Văn Học, CA, HK, 1999)

3. "Trong thơ Đường luật của Vinh Hồ có nhiều hình ảnh, chữ nghĩa không hề có trong thơ Đường luật cũ. Trong phần Thơ Mới của Vinh Hồ cũng có

những câu mang âm hưởng lạ lẫm."

(Báo Sài Gòn Nhỏ ở California, 1999).

4. "Được biết Vinh Hồ (vô hình) bắt đầu viết từ năm 1965, và 2 truyện ngắn đầu tiên của ông được chọn đăng trên mục truyện ngắn chọn lọc của báo Dân Quyền. Từ năm 1968, ông đã có thơ đăng trên Tạp chí Văn thời còn trong nước. Hiện Vinh Hồ có thơ đăng rải rác trên các tạp chí văn học hải ngoại như Văn, Tuyển Tập 2 Tiếng thơ hải ngoại 1998, Tuyển tập VAALA/FL và một số báo chí khắp nước Mỹ…"

(Ban Biên Tập Văn Nghệ Ngàn Phương, HK, 1999)

5. "Chi hội Văn Học Nghệ Thuật Việt Mỹ Florida (VAALA) đã tổ chức buổi ra mắt tập thơ đầu tay của nhà thơ Vinh Hồ tại nhà hàng Sài Gòn, Orlando vào tối 24/7/1999.

Qua phần trình bày diễn ngâm một số tác phẩm Vinh Hồ, người tham dự có thể nhìn thấy nét đặc thù trong thơ của một người sinh trưởng tại chân núi Vọng Phu trông ra vùng biển Hòn Khói và với những lời thơ chân chất tình quê hương xuất phát mãnh liệt tự tâm tư tác giả. Như lời thổ lộ của chính tác giả:

"Thơ không phải là đám mây lơ lửng trên dòng đời mà chính là dòng đời đó. Thơ đâm rễ từ thực tại, nở hoa từ thực tại và giải thoát từ thực tại…".

Với chiều hướng ấy, tác giả đã tự tìm cho mình một sắc thái riêng biệt, đó là sự diễn tả cảm xúc trước tất cả mọi hình ảnh quanh mình bằng hình thức tương phản giữa những bài Đường thi xuất hiện bên cạnh những dòng thơ mới. Chính những tương phản này tạo ra một Vinh Hồ riêng biệt mà theo danh từ của Du Tử Lê là "tấm thẻ nhận dạng Vinh Hồ...".

(Florida Việt Báo số tháng 9/1999 - trích bài "Chi Hội VAALA/FL ra mắt "Thơ Vinh Hồ").

VĂN NGHỆ SĨ VÀ ĐỘC GIẢ:

6. "Tôi tin rằng ông Vinh Hồ là một nhà thơ xuất sắc."

(Mục sư James H. Livingston ở Hoa Kỳ, 1999)

7. "Thơ anh dù thể loại Đường luật hay hiện đại đều nói lên cái buồn chung của con người trước những tàn độc của con người, trước những bất công của cuộc sống..."

(Thi sĩ/nhà phê bình văn học Nguyễn Vy Khanh, Canada, 2005)

8. "Thơ Đường Luật... Sự mới mẻ thấy rõ, từ cách dùng chữ, cho hình ảnh (và,) suy tưởng... Khi bước qua thơ mới, cũng triệt để kiếm tìm...

Theo tôi, những chân thật tới não lòng, thể hiện qua những hình ảnh tương phản, sắc lẻm, cũng tới buốt, nhức xương, gân... là những chỉ dấu làm thành thẻ nhận dạng chân dung thơ Vinh Hồ."

(Cố Văn/Thi sĩ Du Tử Lê, trích Tựa, 1999).

9. "Cái tài hoa kia càng bội phần khi anh thổi vào loại thơ này (Đường luật) một bầu khí hậu mới, xanh mát hơn, sáng tạo hơn, và đầy thi tính hơn... Có lẽ những bài thơ dài và tự do viết về những năm tháng tù tội của anh là những bài thơ xúc động nhất, bi thiết nhất.

Khi đọc xong bài thơ này (Ông Đạo Khiết), tôi rưng rưng. Nửa đêm tôi gọi anh. Tôi phải cám ơn anh vì anh đã trả lời thay dùm tôi."

(Văn/Thi sĩ Trần Hoài Thư, New Jersey, USA, trích bài "Đọc Thơ Vinh Hồ" trên Trang web Saigonline, 30/7/1999).

10. "Tôi đọc thơ ông mà như đọc ở đấy một tấm lòng của một con người nhân hậu, tôi đã học ở đấy một tấm lòng thương yêu..."

(Thi sĩ Triều Hoa Đại, FL, trích bài phát biểu tại Đêm Ra Mắt Thơ Vinh Hồ 24/7/1999)

11. " Vinh Hồ đã khổ công nghiên cứu thể thơ Đường luật có một cái gì đó mới mẻ hơn khi qua tay mình. Thơ Đường luật từ cổ kính, quý phái, cung đình, hiếu hỉ, đầy điển tích, quy ước, anh đã cố gắng chuyển sang một ngôn ngữ khác, bình dị và mộc mạc để dễ diễn đạt, chuyên chở tâm hồn và gần gũi với ca dao VN hơn."

(Cố Nữ Văn sĩ Ái Khanh, trích Bạt, 1999).

12. "Thơ của Vinh Hồ rất sâu sắc và mỗi bài đều mang trọn vẹn sắc thái và ý nghĩa của nó chứ không vu vơ..."

(Nhạc sĩ LMST, FL, HK, 2/1/2004)

13. "Vinh Hồ đã đến với thơ từ những năm cuối thập niên 60. Chẳng những làm thơ, anh còn viết truyện ngắn... Vinh Hồ có cái nhìn rất đôn hậu, dùng ngôn từ rất trong sáng, giản dị nên người đọc dễ cảm thông với anh."

(Thi sĩ Hoa Văn, Boston, USA, 2004).

14. "Trong thơ anh, tôi thường bắt gặp nhiều nỗi buồn và ẩn ức, nhưng nhà thơ Vinh Hồ có cái tâm của Phật nên không hề nghe những lời oán hận mà chỉ có thứ tha và độ lượng. Đọc thơ anh, tôi thấy lòng mình thật nhẹ nhàng và bao nhiêu vết thương trong lòng dường như cũng được thơ anh xoa dịu. Tôi thật sự cảm kích về thơ và con người của Vinh Hồ"

(Văn/Thi sĩ Phạm Tín An Ninh, Na Uy, 15/3/2004)

15. "Năm năm tù cho Vinh Hồ nhiều bài thơ nhất, hay nhất, sống động và hiện thực nhất, gây cho người đọc ấn tượng nhiều nhất... Bằng khả năng sáng tác trên nhiều báo hải ngoại, Vinh Hồ đã có chỗ đứng của mình - trúng giải Ba cuộc thi thơ ở CA - được đài Tiếng Nói Hoa Kỳ (VOA) dành cho những lời bình phẩm trang trọng."

(Văn sĩ Phạm Hoài Hương, Orlando, trích bài phát biểu tại Đêm Ra Mắt Thơ Vinh Hồ 24/7/1999)

16. "Florida miền nắng ấm - xứ của hồ và biển thơ mộng, hiếm ai không biết và dành thiện cảm, quý mến năng tài lẫn tâm tính khiêm lắng, hiền hoà, chuẩn mực của người bạn Vinh Hồ. Vinh Hồ "sính" và viết Đường Thi khá vững vàng, lại mới mẻ ý từ. Vinh Hồ còn là một tác giả có "độ dày thi nghiệp" khởi đi từ thời đoạn trước 1975 nơi quê nhà."

(Thi sĩ Lê Nguyễn, Orlando, mùa Thu 2005)

17. "Những điệp khúc vừa lãng mạn, bay bổng, ngọt ngào, vừa rớm máu, đau đớn, xót xa...

Những điệp từ điệp ngữ cứ chồng chất lên nhau, tạo nhiều tầng cảm xúc, nhiều tầng suy tưởng. Ngôn ngữ thơ Vinh Hồ tự nhiên, bình dị, nhưng cấu trúc lạ lẫm, như có phù phép, như có gai nhọn, dao đâm, gợi mở, cuốn hút, dẫn dắt người ta đi vào những chân trời suy tưởng, những ngóc ngách phức tạp của thế giới nội tâm."

(Thi/Hoạ sĩ Trần Phượng Hoàng, Ninh Hòa, trích báo Rạng Đông, GA, HK, 2002)

18. "Tôi biết anh trong nhóm thân hữu Ninh Hoà, anh viết biên khảo thật xuất sắc... Sự đóng góp thơ văn của Vinh Hồ là một công trình quý báu về thơ, hay những bài biên khảo có giá trị đích thực lưu lại cho hậu thế thưởng lãm trong khu vườn văn học Việt Nam."

(Văn/Thi sĩ Trần Việt Hải, Los Angeles, CA, 6/2005, trích Trang Web Ninh-Hoà).

19. "Thi sĩ Vinh Hồ đã thành công trong việc diễn tả tư tưởng của mình, lắm khi làm say mê độc giả..."

(Thi sĩ lão thành Thừa Phong, trích báo Rạng Đông, GA, HK).

20. "Vinh Hồ đã thành công trong mục đích cách tân hoá thơ luật Đường qua lối diễn tả và từ ngữ khá mới mẻ... Ngoài thơ Đường, Vinh Hồ cũng có những thành tựu đáng kể trong các thể thơ khác, tạo cho mình một đặc tính riêng..."

(Thi sĩ Dương Huệ Anh, CA, 2001, trích quyển "Thơ Việt Hải Ngoại: Một Góc Nhìn Tản Mạn")

21. "Một vài bài thơ, đôi nét chấm phá trong dòng thơ của em bằng một pho truyện ngàn trang giấy."

(Thi sĩ/Giáo sư Lê Văn Ngô, CA, 2/4/2004)

22. "Thơ Vinh Hồ lên tới đỉnh buồn. Buồn này tiếp nối buồn kia."

(Thi sĩ Phan Long, Orlando, 2005)

23. "Thơ Vinh Hồ chan chứa tình người, nhân hậu, bình dị, nhưng chuyên chở nhiều ý tứ độc đáo... Có thể nói đây là những vần thơ hay..."

(Văn/Thi sĩ Trần Minh Hiền, trích báo Phương

Đông, MA, HK, 1999)

24. "Song song với những bài ngũ ngôn rất hay như đã nói, ở nhiều bài thơ khác, tác giả sử dụng từ ngữ thật sâu sắc, bén nhạy và cũng có khi mơ hồ huyễn tưởng, làm người đọc phân vân, lơ lửng, ngơ ngác... ngỡ như đang lạc vào cõi viễn mơ nào."

(Thi sĩ/Tay trống Thương Anh, FL, 2005)

25. "Tình yêu trong thơ Vinh Hồ mang niềm u uẩn, man mác buồn, phải chăng vì "tuổi thơ tôi chẳng có mùa xuân" như lời tâm sự của tác giả? Mong rằng Đời sẽ không mãi như cây sầu đông và:

Ta như mây phiêu bồng

Nghìn năm còn ngó lại

(Cõi về âm u)

Thi sĩ phải ngó lại để đem thơ vào đời cho những người thích đọc thơ Anh như tôi."

(Văn/Thi sĩ Lê Thị Hoài Niệm, Houston, TX, 7/6/2005)

26. "Anh dùng những chữ rất gợi hình, gợi cảm, mà ít thi nhân khác có khả năng đặc biệt ấy... Tôi tin rằng anh đã thành công với thi tập này..."

(Thi sĩ Tường Lưu, TX, USA, 1999)

27. "Thơ anh chững chạc trong cấu trúc, mượt mà vần điệu và nhiều âm thanh hình ảnh đượm nét trời quê."

(Thi sĩ Lê Cẩm Thanh, Tampa, FL, trích Trang web Trinh Nữ, 20/4/2004)

28. "Ta Đi Tìm Em: Suốt đời bèo bọt là một cuộc đi tìm. Suốt đời là một kẻ ở trọ, một khách lữ hành. Không, em là trọn vẹn của ta. Em là của ta. Thật ra em chỉ là hạt bụi. Ta cầm hạt bụi trên bàn tay như một mão miện. Từ trước, vô cùng, ta đã chọn em. Và "từ đó ta ôm vết thương". Em ơi vết thương này, vì em, cho em đời đời. Để rồi Cha ta sẽ làm tiệc cưới, vinh hiển, vinh hiển đời đời"

(Dịch giả Phạm Hồ Tôn, Orlando, FL 11/2/2005).

29. "Tôi mến phục người đàn bà trong bài thơ "Trong mơ em đã đến" của anh Vinh Hồ... Chuyện tình của anh chị đã làm tôi nhớ đến những kịch bản của đại văn hào William Shakespeare..."

(Văn/Thi sĩ Phan Đông Thức, CA, 19/4/2004)

30. "Trong 30 năm qua, mặc dù đã có nhiều tác giả ghi lại bao nhiêu nỗi lầm than trên quê hương VN, nhưng khi đọc thơ Vinh Hồ cho dù người còn kẹt lại hay đã ra đi khỏi nước, vẫn cảm thấy giật mình về bao nỗi hãi hùng mà mình đã nếm trải. Không những tập thơ cần thiết cho những người miền Nam mà còn cho những nhà nghiên cứu về đời sống nhân dân miền Nam sau 1975."

(Văn sĩ Trần Lưu Quận, Orlando, FL, trích báo Rạng Đông, GA số 224 tháng 3/2005)

31. "Như hàng ngàn nhân chứng sống khác, với

năng khiếu thơ, những cảnh thực, người thực được anh ghi lại, chuyện 30 năm trước mà cứ ngỡ như mới xảy ra hôm qua."

(Cựu TNCT Huỳnh Viết Luận, Chicago, 24/4/2005)

32. "Tôi cảm ơn anh... những gì chất chứa trong tập thơ của anh, là của chính tôi mà tôi không diễn đạt được."

(Cựu TNCT Nguyễn Nhân, Hoa Kỳ, 8/5/2002)

33. "Hôm nay tôi "lãng du" vào chốn Vinh Hồ... Tôi trân quý tấm lòng của anh, anh đã mượn hơi thơ để dàn trải tâm tình, bộc bạch lòng mình với tha nhân. Dòng đời cứ hững hờ trôi mà tình anh muôn đời vẫn thế:

"Dòng nước trôi đi không trở lại

Tình tôi thì ở mãi bên người"

(Cựu TNCT Lê Văn Thiện, Orlando, FL, 20/2/2004)

34. "Chính làng quê giàu tình yêu thương, sống đoàn kết chan hòa bên nhau, đã sinh ra nhà thơ Vinh Hồ có tâm hồn thơ ca thiên phú, giàu chất thơ trữ tình, lãng mạn, có nội dung tư tưởng và nghệ thuật sâu sắc..."

(Thi sĩ/Nhà giáo Trần Ngọc Chánh, Canada, 1/2005, trích Trang web Ninh-Hoà.

35. "Tôi được biết anh Thinh (Vinh Hồ) qua Đêm Đốt Nến 30/4/1995 tại Orlando với bài thơ "Trang sử viết bằng chữ nhục" do chính anh sáng tác và diễn ngâm. Mỗi câu thơ của anh đã cho tôi sự cảm xúc mãnh liệt đến tận gai óc. Và hôm nay câu chuyện "Ông Đạo Khiết" anh Thinh đã tài tình kết lại bằng lời thơ cũng đã làm tôi bùi ngùi, khó ngủ."

(Nữ Độc giả Xuân Lê, Orlando, 24/7/1999)

36. "Anh từng là cây bút có giá trị từ lúc ban sơ. Anh trúng giải thưởng truyện ngắn năm 1965 lúc còn ngồi ở ghế nhà trường trung học, nhận một số tiền không ít lúc đó, đã thết đãi bạn bè một bữa tiệc thân mật... Đọc thơ Vinh Hồ tôi nhận thấy từ tù đày cho đến cuộc sống sau 1975 đã biểu hiện một con người mộc mạc, chân tình, trân quý bạn bè, trầm tĩnh và ẩn dật."

(Nữ Độc giả Nguyễn Thị Giới, MN, HK, 30/4/2005)

37. "Tôi thích nhất thể thơ Đường luật của Vinh Hồ bởi lẽ thơ Ông mỗi bài, như phảng phất dư âm của những điệu nhạc, lúc thì trầm buồn, khi thì da diết du dương... đưa người đọc đến đam mê, ngây ngất như lạc vào một vườn thơ mênh mông đầy hoa thơm cỏ lạ..."

(Cố Văn/Thi sĩ Nguyên Bông, Orlando, trích bài viết 19/3/2000)

38. "Nghìn năm vẫn còn nhắc

Những câu thơ lệ buồn
Mình cùng chung tiếng nấc
Đêm rừng nào mưa tuôn"

(Thi sĩ Nguyên Việt Nhân, GA, HK, trích bài thơ "Cảm thơ Vinh Hồ" 23/6/2001)

39. "Anh là học sinh giỏi đứng đầu lớp Nhì, lớp Nhất... Từ năm lớp Nhất anh đã làm được thơ lục bát… Phần thơ anh đã thể hiện qua nhiều thể loại, thể loại nào cũng xuất sắc, độc đáo..."

(Thi sĩ Điềm Ca, Ninh Hoà, 20/7/2005)

40. "Thơ chú Vinh Hồ như thế, với tôi, rất có chiều sâu và thấm đẫm hồn người."

(Thi sĩ/Nữ sinh viên Hoàng Giang, USA, trích Trang web Trinh Nữ, ngày 13/4/2004)

41. "Qua thi tập "Gánh Gạo Nuôi Chồng" của Thi sĩ VINH HỒ, tôi rất quý mến những dòng thơ trung thực, trong sáng, nhân bản của anh. Gánh Gạo Nuôi Chồng" là tập thơ ghi lại cuộc đời tù đày của anh, đặc biệt ca ngợi tấm lòng hiếm quý của người vợ trẻ đi thăm và nuôi chồng trong nhiều năm tù, từ trại này đến trại khác. Đọc thơ tù của anh Vinh Hồ, khiến tôi nhớ lại hình ảnh của những bạn tù cải tạo của tôi, trong đó, có bóng dáng của mình, qua những trại tù tại miền Bắc và miền Nam sau tháng Tư Đen năm 1975."

HOA VĂN (Virginia, ngày 03/01/2024).

BẠT:
KIẾP SAU XIN LẠI ĐƯỢC LÀM CON CỦA NGƯỜI

Nhận được bản thảo thi tập "Như Biển Hồ Lai Láng" của nhà thơ Vinh Hồ, lòng tôi dâng tràn nỗi nhớ - nỗi nhớ Cha Mẹ đã theo thời gian trầm lắng, nay lại dạt dào như sóng vỗ bờ khi đọc những vần thơ lai láng cảm xúc của Anh.

Có phải với Cha, con vẫn bé bỏng? Và con ước ao được trở về thời thơ ấu có Cha:

Thuở còn thơ cha ru con ngủ
Lời ca dao xao động tâm hồn
Công đức cha như núi Thái Sơn
Tình thương mẹ bằng trời bằng bể

Mỗi chiều về cõng con đi dạo
Cha tập con bắt bướm thả diều
Biết nói câu cha kính mẹ yêu

Biết đánh vần cù lao chín chữ
(Cha Ru Con Ngủ)

Với Cha, con có bờ vai để tựa:

Như ánh nắng mặt trời
Cha cho con hy vọng
Sau mùa đông lạnh cóng
Hoa xuân nở tốt tươi

Như bóng núi cao vời
Cha âm thầm che chở
Để con không lầm lỡ
Vững bước trên đường đời
(Tình Cha Thầm Lặng)

Vì con, Cha chẳng nề hà vất vả:

Cha một đời âm thầm
Bên đàn con bé bỏng
Dù gió bấc mưa dầm
Vẫn cày sâu cuốc bẫm

Đem tấm thân gầy gò
Cha cho con đèn sách
Đem tấm thân đói rách
Cha cho con ấm no
(Cha Một Đời Lặng Lẽ)

Vì con, Cha chấp nhận mọi gian nan:

Thời lưu vong, lái một chiếc thuyền
Chở gia đình vượt biên nguy hiểm

Thuyền gặp nạn lạc trôi trên biển
Nhờ ơn trên đến bến bình yên
(Cha Một Đời Trôi Nổi)

Viết đến đây, tôi nhớ có lần một người bạn đã nói với tôi: "Sao em hay nhắc về Cha mà ít nói về Mẹ nhỉ? Có phải em thương Cha nhiều hơn Mẹ?!". Tôi đã trả lời anh rất nhanh: "Ô, em thương Mẹ lắm chứ, Mẹ đã mang nặng đẻ đau, đã chăm sóc em từ tấm bé, đã trải bao vất vả vì em. Mà, em càng thêm thương Mẹ khi ý thức được là: Cha rất yêu thương Mẹ, và cả Cha cùng Mẹ đã yêu thương em vô bờ bến…"

Mẹ đã cho con tất cả:

Trên đồng cạn suốt ngày vất vả
Da bọc xương quên cả thân mình
Một đời lao khổ hy sinh
Công dung ngôn hạnh nghĩa tình đậm sâu

Suối tóc mây phau phau bạc trắng
Năm canh dài hằn nặng vết nhăn
Năm hai mùa gió băng băng
Dầm mưa dãi nắng ai bằng Mẹ tôi
(Mẹ Tôi)

Mẹ đã dành cả đời mình cho con và Cha của con:

Thời chiến hoá thân nàng vọng phu
Đổi đời cô quạnh ánh trăng lu
Âm thầm sầu khổ xuân rồi hạ

Đằng đẵng u hoài đông tới thu
(Vợ Chờ Chồng Cạn Hết Tuổi Xuân)

Mẹ sẵn sàng hy sinh để con có cuộc sống tốt đẹp hơn:

Vì con mẹ gánh những long đong
Gánh hết mùa đông vẫn chưa xong
Gió táp mưa sa mẹ vẫn gánh
Chưa một ngày nào được thong dong
(Vì Con Mẹ Gánh Đến Mãn Đời)

Ôi, biết làm gì để đền đáp tấm lòng của Mẹ và Cha!

Khi con hiểu được chữ hiếu, thì đã muộn:

Ráng chiều tím cả trời tây
Hồn thiêng mẹ đã theo mây về Trời...
Mùa đông chiếc lá vàng rơi
Hồn thiêng cha đã về nơi Niết Bàn
(Mẹ Cha Còn Mãi Bên Đời)

Giá mà con sớm hiểu được tình thương vô bờ bến Cha Mẹ đã trao cho con, thì giờ đây con đã không phải khóc:

Tháng Bảy mưa ngâu giọt giọt sa
Giật mình nhớ đến Mẹ cùng Cha
Hoa hồng trắng khẽ cài trên ngực
Kỷ niệm xưa về dưới mái nhà
(Vu Lan Cảm Tác)

Con của Cha và Mẹ, giờ đây tuổi đã xế chiều,

tóc ngả màu sương tuyết, thế mà vẫn mong quay ngược bước thời gian về chốn cũ:

>*Giờ muốn thời gian quay ngược*
>*Trở về cái thuở ấu thơ*
>*(Giờ Muốn Về Ngồi Bên Mẹ)*

Và thương biết bao những bà mẹ thời chiến:

>*Nắng mưa đã nhạt má hồng*
>*Chiến tranh tù ngục hết chồng lại con*
>*(Thương Mẹ)*

Và phủ nỗi buồn lên tất cả là nỗi niềm của bà mẹ quê hương:

>*Chín năm khói lửa mịt mùng...*
>*Chia ly mất mát vạn trùng khổ đau*
>*Thế rồi hai mươi năm sau*
>*Nồi da xáo thịt giết nhau từng ngày*
>*Mẹ ngồi nhìn áng mây bay*
>*Đã mòn con mắt con đi chưa về*
>*(Lời Ru Buồn Tận Thiên Thu)*

Phận làm con, xin dâng lên Cha và Mẹ - người thương của Cha - nỗi niềm:

>*Trong những chuyến đi của cuộc đời*
>*Hình ảnh Cha luôn ở bên tôi*
>*Từ thuở còn thơ ngây bé bỏng*
>*Lòng đã ghi sâu khắc đậm rồi!*

>*Nụ cười ấm áp nở trên môi*
>*Bàn tay mạnh mẽ đỡ nâng tôi*

Bao năm chăm sóc với lo lắng?
Niềm tin và lý tưởng cao vời

Những khi yếu đuối lệ sầu rơi…
Tình Cha ấm áp ủi an tôi
Sẵn sàng vực tôi hãy đứng dậy!
Vượt qua mọi sóng gió cuộc đời
(Cha Luôn Ở Bên Tôi - thân tặng Phương Hiền)

Cám ơn nhà thơ Vinh Hồ nhiều lắm, đã viết tặng tôi bài thơ cảm tác sau khi đọc tập hồi ký "Cha Mãi Bên Đời" ra mắt tại Cali, USA, ngày 05/11/2017. Nhân đây, xin ôn lại ký niệm…

Được biết Anh năm 2014 trên văn đàn www.ninh-hoa.com, tôi đã gởi anh lá thư làm quen và anh đã trả lời thư thật thân ái với "lời có cánh": *Viết thư hay như vậy thì chắc phải có làm thơ và viết văn?* Anh đã nói thế, buộc lòng tôi phải tập làm thơ và viết văn, chứ đâu còn cách nào khác? Và điều đó cũng có nghĩa là Anh đã đặt cây bút vào tay tôi và bảo: *Em viết đi!*

Kể từ ngày ấy, cuộc đời tôi bước sang con đường mới đầy hứng khởi và niềm vui. Một lần nữa, xin cám ơn Anh, cám ơn Anh nhiều lắm. Và tôi nghe như có tiếng Cha tôi cười nói: *"Con chuyển lời cám ơn của Cha đến Anh ấy nhé!"*

Nguyễn Thị Phương Hiền
Saigon, tháng Ba năm 2025

ĐÔI DÒNG TIỂU SỬ

VINH HỒ

Tên thật: Hồ Văn Thinh, sinh 1948 tại Ninh Hòa, Khánh Hoà.

Bút hiệu khác: Tú Trinh, Hồ Tịnh Vinh Điềm, Sông Tương.

Cựu học sinh Trần Bình Trọng, Ninh Hoà và Võ Tánh, Nha Trang.

Khoá 8/68 SQTB Thủ Đức.

Cấp bậc Trung uý, Đại Đội Trưởng tác chiến.

Bị cs bắt làm tù binh ngày 28/4/1975 tại Kim Hải, Phước Tuy.

Tù "cải tạo" hơn 5 năm.

Năm 1995, qua Mỹ diện HO 31, định cư tại Orlando, FLorida.

Sinh Hoạt Thơ Văn:

Viết văn làm thơ khi còn đi học:

- 1965, hai truyện ngắn đầu tiên đăng trên báo Dân Quyền tại Sài Gòn.

- 1968, một bài thơ đầu tiên đăng trên báo Văn tại Sài Gòn.

- 1967, Sáng lập viên Thi đoàn Tiếng Vọng tại Ninh Hòa, Khánh Hoà.

- 1989, Sáng lập viên Nhóm thơ Bát Tiên tại Ninh Hòa, Khánh Hoà.

- 2008, Sáng lập viên Hội Văn Nghệ Tự Do tại Orlando.

- 2020, Sáng lập viên Trang Văn Học Nghệ Thuật Tình Thơ trên Facebook.

- 1997, Hội viên Hội Văn Học Nghệ Thuật Việt Mỹ/FLorida (VAALA/FL).

- 1999, Hội viên Hội Thơ Tài Tử Việt Nam Hải Ngoại.

- 2000, Hội viên Hội Văn Bút Việt Nam Hải Ngoại/Vùng Đông Nam Hoa Kỳ.

- 2008, Cựu Hội trưởng Hội Văn Nghệ Tự Do.

- 2014, Cựu Chủ tịch Hội Văn Bút Việt Nam Hải Ngoại/Vùng Đông Nam Hoa Kỳ.

- Có thơ/văn đăng trên: Dân Quyền, Văn, Ngôn

Ngữ, Cội Nguồn, Mây Ngàn, Rạng Đông, Gia Đình, Phương Đông, Thế Giới Mới, Trinh Nữ.Net, Ninh Hoà.Com, Hai Bờ Giấy.Net, Biển Khơi.Com, Bản Tin Y Nha Dược/FL v.v...

- Có bài trong các tuyển tập: Tiếng Thơ Hải Ngoại, tập 2, 1998, Tuyển tập VAALA Florida-1998. Kỷ Niệm Một Đời Cầm Bút của Thái Quốc Mưu, và nhiều tuyển tập khác.

- Có trên 10 bài thơ được các dịch giả dịch sang Anh ngữ.

- Có trên 50 bài thơ được các nhạc sĩ: Linh Phương, LMST, Mã Đình Sơn, Vĩnh Điện, Nguyễn Thị Kim Loan, Huỳnh Trọng Tâm, Cung Đàn, Minh Nhã, Troy Trần: phổ nhạc.

- Có 4 nhạc phẩm: do Vinh Hồ sáng tác: Anh qua đời em, Tiếng đàn thu mưa, Chiều vàng trên quê em miền Tây, Ngày ấy thiên duyên.

- Có tên trong bộ sách: "Tác Giả Việt Nam 1905-2005" của Nhà văn Lê Bảo Hoàng tại Canada.

Tác phẩm đã xuất bản:

1. Ngàn Hương, thơ, Hội VHNT/Khánh Hòa, 1994 (in chung với 1 tác giả).

2. Thơ Vinh Hồ, Hội VAALA/Florida, 1999.

3. Mưa Nguồn Trầm Tích Chim và Rêu, thơ, Hội VHNT/Khánh Hòa, 2003 (in chung với 2 tác giả).

4. Bên Này Biển Muộn, thơ, Hội VAALA/ Florida, 2005.

5. Quê Hương Ninh Hoà, biên khảo 550 trang, Ninh Hoà.Com, 2016 (in chung với 5 tác giả).

6. Gởi Người Trong Mộng, thơ, Nhân Ảnh, 2022 (in chung với 1 tác giả).

7. Yêu Người Trong Mộng, thơ, Nhân Ảnh, 2023 (in chung với 1 tác giả).

8. Gánh Gạo Nuôi Chồng, thơ, Nhân Ảnh, 2024.

9. Như Biển Hồ Lai Láng, thơ, Nhân Ảnh, 2025.

Khen Thưởng:

-1965, hai truyện ngắn đầu tiên đăng trên mục "Truyện Ngắn Chọn Lọc" báo Dân Quyền tại Sài Gòn với tiền thưởng 300 đồng.

-1996, Giải đồng hạng Cuộc Thi Thơ của Thi Đàn Lạc Việt tại CA, Hoa Kỳ, có bằng khen và tiền thưởng.

Liên Lạc:

- Địa chỉ email: vinhho5555@gmail.com

- Phone: 407 - 731 - 2650

Chuẩn uý Hồ Văn Thinh (Vinh Hồ) 1969

Chuẩn uý Hồ Văn Thinh và Hạ sĩ Trần Văn Minh, 1971

Vinh Hồ-Thuỷ Tiên, Kim Dung-Thuy Khoa, Bé Thuyên, 2012

Hồ Hải Sơn, Cha Mẹ, Hồ Hải Dân, 1993

MỤC LỤC

TỰA: Hoa Văn   11
LỜI VÀO TẬP: Vinh Hồ   15

1. NHƯ BIỂN HỒ LAI LÁNG   19
MẸ CHA CÒN MÃI BÊN ĐỜI   21
NỖI LÒNG MẸ TÔI   23
MẸ TÔI   24
ĐẦU NON NHỚ MẸ   25
THƯƠNG MẸ   26
LÒNG CÒ   28
KHI CON ĐẾN, MẸ KHÔNG CÒN   29
CHA RU CON NGỦ   31
10. HƠ ĐỜI GIÁ LẠNH   32

LỜI RU BUỒN TẬN THIÊN THU   33
LỜI MẸ RU BUỒN   35
GẦN TÁM THẬP KỶ VẪN CHƯA QUÊN ĐƯỢC   36
CHA MỘT ĐỜI LẶNG LẼ   38
TÌNH CHA THẦM LẶNG   39
CHA LẶNG LẼ BÊN CON   40
ĐỀN ƠN CHA MẸ   41
MẸ VẪN CÒN MÃI MÃI BÊN ĐỜI   42
CHA ÂM THẦM LẶNG LẼ   44
20. NGỌN ĐÈN LEO LÉT GIỮA ĐÊM ĐÔNG   46

TUỔI THƠ TÔI CHẲNG CÓ MÙA XUÂN   47

SAO KHUÊ NHỎ LỆ CUỐI TRỜI XA	50
MẸ VẪN NGỒI NHƯ TƯỢNG	51
QUÊN	53
ĐỪNG	54
CON ĐỪNG LỚN TIẾNG	55
MẸ NGỒI BƯNG MẶT KHÓC	56
MẸ CHA BỒ TÁT TẠI GIA	57
LÒNG MẸ TRỜI BAN THIÊN TÍNH NỮ	58
30. VẾT THƯƠNG TÂM HỒN	60
QUAY ĐẦU LÀ BỜ	61
VÌ ĐÂU NÊN NỖI?	63
TÌNH MẸ THIÊNG LIÊNG	64
TÌNH MẪU TỬ THIÊNG LIÊNG CAO CẢ	65
LỚN LÊN CON SẼ HIỂU	66
ĐỜI MẸ LÀ CHUỖI DÀI ĐAU KHỔ	67
ĐÓ CŨNG LÀ HIẾU CON ƠI!	68
HỒN GỞI LẠI QUÊ NHÀ	69
LÂU LẮM CHƯA VỀ	70
40. MỘNG THẤY VỀ THĂM NHÀ	71
MONG MỘT NGÀY VỀ	72
NHỌC NHẰN GÁNH GIỮA CHỢ ĐỜI	73
VÌ CON MẸ GÁNH ĐẾN MÃN ĐỜI	74
GIỜ MUỐN VỀ NGỒI BÊN MẸ	75
BÀ NỘI NHỚ THƯƠNG	76
ÔNG NỘI KÍNH YÊU	78
VU LAN CẢM TÁC	80
HAI NGƯỜI CHA	81
THÂN CÒ CÕNG BỐN MÙA MƯA NẮNG	82
50. HIẾU KÍNH CHỚ KHINH NGƯỜI	84
THÁNG MƯỜI MẸ DẮT TRÂU ĐI CÀY	85

HIẾU THẢO ĐỨNG ĐẦU TRONG BÁCH HẠNH	86
MẸ CHA LÀ BỤT Ở TRONG NHÀ	87
TRÔNG VỀ QUÊ CHA	88
TẤM LÒNG QUẢNG ĐẠI CỦA CHA MẸ	89
MỘT MAI THÀNH ĐẠT ĐỪNG QUÊN LÃNG	90
TÌNH MẸ	91
CHA TÔI	92
KẼO KẸT VÕNG BUỒN	93
60. TÌNH CHA THẦM LẶNG TRANH KHÔNG LỜI	94
MƠ THẤY CHÂN DUNG MẸ	95
NHỚ MẸ THƯƠNG CHA	96
CHỊ TÔI	97
NHỚ CHỊ TÔI KHI VỪA SÁU TUỔI	98
MỘNG THẤY BỐ VỀ ÔM LẤY CON	99
CÔNG ĐỨC CHA NHƯ NÚI NGẤT TRỜI	100
TẤM LÒNG CỦA MẸ TRĂNG VẰNG VẶC	101
Ở VẬY NUÔI CHA MẸ TRỌN NIỀM	102
TAY LẤM CHÂN BÙN CHA CỦA CON	103
70. DỆT VẢI TRỒNG BÔNG MẸ CỦA CON	104
NHÌN CHIM NHỚ MẸ CỦA TA XƯA	105
BỨC TRANH ĐỒNG ÁNG LÚC TINH SƯƠNG	106
ĐẠO HIẾU CHƯA TRÒN	107
MẸ ĐÃ XA VỜI VỢI	108
BIẾT ĐƯỢC ƠN CHA MẸ	109
CHA MẸ VẪN LÀ BỤT CỦA CON	110
MUỐN ĐỀN ĐÁP KHÔNG CÒN KỊP NỮA	111
MẸ GIÀ	112
HÃY THƯƠNG LÚC MẸ CÒN	113
80. MẸ NHƯ CÂY SẦU ĐÂU	115
CON ƠI NẾU CÓ CÒN THƯƠNG MẸ	117

MỘT MÌNH MỘT BÓNG TRANH KHÔNG LỜI	118
MỘT TẤM LÒNG NHÂN ÁI	119
SUỐT ĐỜI GẮN BÓ VỚI CỘNG ĐỒNG	121
KIẾP LƯU VONG	123
LỮ KHÁCH DỪNG CHÂN	124
ĐỀN ĐÁP ƠN SINH THÀNH	126
THẦY MINH TUỆ MONG THÀNH CHÁNH QUẢ	127
TRÊN DÒNG NƯỚC NGƯỢC	128
90. CHA LUÔN Ở BÊN TÔI	130
ĐỌC CHA MÃI BÊN ĐỜI	131
MONG SAO CHA MÃI BÊN ĐỜI CON	132
DI TẢN:	
NGẬM NGÙI THÁNG NĂM	134
CHEO REO BUỒN ĐỨT RUỘT ĐỨNG CHEO LEO	136
NIỀM ĐAU THÁNG TƯ	138
NGÀY THÁNG DI TẢN BUỒN	139
NHỮNG NGƯỜI DI TẢN BUỒN	141
MẸ DẪN 3 CON THƠ DI TẢN	142
THUYỀN NHÂN:	
ĐÓNG THUYỀN VƯỢT BIÊN TẠI DỐC ĐÁ TRẮNG	145
100. CHA MỘT ĐỜI TRÔI NỔI	147
MẸ BỒNG CON THƠ VƯỢT BIỂN	148
MẸ DẪN 3 CON THƠ VƯỢT BIỂN ĐÔNG	149
CHUYẾN VƯỢT BIỂN ĐÔNG MAY MẮN	152
CHUYẾN VƯỢT BIÊN ĐÔNG SUÝT CHẾT	160
MẸ DẪN 5 CON THƠ VƯỢT BIỂN ĐÔNG	163
CHA DẪN CON TRAI VƯỢT BIỂN ĐÔNG	166
HAI CHA CON VƯỢT BIỂN ĐÔNG	168
HAI CHA CON ĐI DIỆN NGƯỜI HOA	169
110. MẸ NGỒI TRƯỚC BIỂN	170

NỖI SẦU THƯƠNG GỞI VỀ NGƯỜI	174
HAI CHUYẾN VƯỢT BIỂN ĐÔNG BI THẢM	172
HÀNH TRÌNH VƯỢT BIỂN ĐÔNG HOÀI CẢM	177
MẸ BỒNG CON TRẺ VƯỢT BIỂN ĐÔNG	181
TÙ CẢI TẠO:	
TỪ ĐÓ LAO TÙ	183
NGỌN ĐỒI KHÔNG TÊN	184
ÔNG ĐẠO LÒ RÈN	187
EM GÁI SÀI GÒN	188
TRONG TÙ NHỚ MẸ THƯƠNG CHA	189
120. VIẾT TỪ TRẠI CẢI TẠO	190
TRỞ VỀ TỪ TRẠI TÙ CẢI TẠO	191
RA TÙ NUÔI CON ĂN HỌC THÀNH TÀI	193
MẸ THIÊN NHIÊN	195
NĂM NĂM RA TRẠI	196
KINH TẾ MỚI:	
KINH TẾ MỚI HOÀ SƠN	198
RỪNG NÚI HÒA SƠN	199
SÔNG LỐT NGÀY MƯA	200
TẾT ĐẾN TÌNH QUÊ THÊM NGỔN NGANG	201
TRĂNG ĐƠN	202
130. NGỌN NƯỚC	203
TIẾNG CUỐC CANH KHUYA	204
HOÀ SƠN HOANG HOẢI BUỒN CHƠI VƠI	205
ĐẾN THĂM, BẠN VẮNG NHÀ	206
KINH TẾ MỚI LỖ CHỒI	207
KINH TẾ MỚI NINH TRANG	208
LỖ BÈO NĂM ẤY	209
TRƯA HÈ TẠI HOÀ SƠN	210
MẸ NGỒI NHƯ TƯỢNG QUÊN RỒI NHỚ	211
MẸ, BÊN ĐỜI	213
140. MẸ VIỆT NAM ĐAU KHỔ	214

CON MẮT ĐÃ MÒN	215
KHÔNG NHƯ TÌNH MẪU TỬ	216
VÌ CON CHẤP NHẬN KHÓ KHĂN	218
HIU HẮT TÌNH QUÊ	219
VU LAN HƯỚNG LÒNG VỀ MẸ	220
QUÊ MẸ ĐÊM TRĂNG TỎ	221
THƯƠNG CHA	223
CON MUỘN	224
CHÂN DUNG TỰ HOẠ	225
150. BUỔI SÁNG TRÊN RẪY	226
SAU LŨY TRE	227
HỒN THƠ CỔ ĐIỂN	228
TIẾNG KÊU BUỒN	229
CÔ ÚT	230
NÚI VỌNG PHU 2	231
VẮNG BÓNG CHA GIÀ	232
TRÔNG VỀ ĐẤT MẸ	233
QUÊ TÔI THỊ TRẤN GIỮA ĐÀNG	234
LÂU RỒI TÔI CHƯA VỀ	235
160. QUÊ TÔI DÙ DÃI DẦU MƯA NẮNG	237
XIN ĐỪNG PHỦ CỜ	238
162. DI NGÔN	239

Cộng: 162

TRÍCH 41 NHẬN XÉT VỀ THƠ VINH HỒ	240
BẠT: Phương Hiền	252
ĐÔI DÒNG TIỂU SỬ Vinh Hồ	258
ẢNH: Gia Đình	262

Nhân Ảnh
2025

Liên lạc với tác giả VINH HỒ
Email: vinhho5555@gmail.com

Liên lạc Nhà xuất bản
han.le3359@gmail.com
(408) 722-5626

www.ingramcontent.com/pod-product-compliance
Lightning Source LLC
LaVergne TN
LVHW041659060526
838201LV00043B/491